मानवी जीवनाचा ताळेबंद

'मुखवटे' या संग्रहशीर्षक असलेल्या लघुनिबंधातून खांडेकरांनी खऱ्या माणसाचा शोध घेण्याचा प्रयत्न केला आहे. 'गरीब बिचारा ईश्वर'मधून खांडेकरांना वाढत्या अंधश्रद्धेवर, पराधीनतेवर प्रहार केला आहे. 'लोक काय म्हणतील?' हा कशाला उद्याची बात या अस्तित्ववादी विचारधारेचे समर्थन करणारा निबंध आहे. लोकभयानं मार्मिक चित्रण याद्वारे त्यांनी केलं आहे. या संग्रहातील एकूणच सर्व निबंध हे माणसाच्या खऱ्या चेहऱ्याचा घेतलेला शोध आणि चिकित्सा दाखवणारे आहेत.

सांगली, केसरी १६-५-२००४

खांडेकर रजत-स्मृतिपुष्प

मुखवटे

वि. स. खांडेकर

संपादक
डॉ. सुनीलकुमार लवटे

मेहता पब्लिशिंग हाऊस

Email : production@mehtapublishinghouse.com

Website : www.mehtapublishinghouse.com

MUKHAVATE by V. S. KHANDEKAR

मुखवटे : वि. स. खांडेकर / लघुनिबंध संग्रह

संपादक : डॉ. सुनीलकुमार लवटे

Email : author@mehtapublishinghouse.com

© सर्व हक्क सुरक्षित

मराठी पुस्तक प्रकाशनाचे कायमस्वरूपीचे हक्क मेहता पब्लिशिंग हाऊसकडे.

प्रकाशक : सुनील अनिल मेहता, मेहता पब्लिशिंग हाऊस,
१९४१, सदाशिव पेठ, माडीवाले कॉलनी, पुणे - ४११०३०.

मुखपृष्ठ : चंद्रमोहन कुलकर्णी

प्रकाशनकाल : जानेवारी, २००४ / जून, २००७ / पुनर्मुद्रण : ऑगस्ट, २०१६

P Book ISBN 9788177664379
E Book ISBN 9789386342799
E Books available on : play.google.com/store/books
www.amazon.in

मुखवट्यांचं जग

वि. स. खांडेकरांनी 'साप्ताहिक स्वराज्य'मध्ये सन १९७३ ते १९७५ या काळात सदर चालविल्यासारखे महिन्याला एक याप्रमाणे लघुनिबंध लिहिले. त्यात अल्पसा खंडही आहे. या काळात त्यांनी 'स्वराज्य'मध्ये २५ लघुनिबंध लिहिले. पैकी १९७३-७४ मधील १६ लघुनिबंधांचा 'मुखवटे' हा संग्रह रसिक वाचकांच्या हाती देताना आनंद होत आहे. 'संध्या छाया भिवविती हृदया'... अशा मन:स्थितीत खांडेकरांनी लिहिलेले हे लघुनिबंध. लघुनिबंधकार खांडेकर या लेखनात अधिक अंतर्मुख, अधिक गंभीर विचारक म्हणून आपणापुढे येतात. वानप्रस्थानातील विचार वैविध्य व वैभव असा दुहेरी साज ल्यालेले हे निबंध म्हणजे मानवी जीवनातील 'मुखडे' नि 'मुखवटे' यांचे द्वंद्वच! जीवनाच्या रंगभूमीवरील माणसाच्या विविध भूमिका म्हणजे मुखवट्यांचे दशावतारी नाट्यच! खांडेकरांनी जीवनास 'मुखवट्यांचा बाजार' म्हटलंय ते खरंच आहे! या निबंधातून खांडेकर जीवनाचा तळ शोधू पाहाताहेत हे शब्दोशब्दी जाणवतं.

'मुखवटे' मधील निबंधांचं आपलं असं वैशिष्ट्य आहे. हे धारावाहिक निबंध होत. प्रत्येक निबंध स्वतंत्र असला तरी त्यात काही सूत्रसंबद्ध पात्र आहेत. चिंतोपंत, रंगोपंत नि भाऊराव. हे तिघे एकमेकांचे मित्र. भिन्न स्वभाव, प्रकृतीचे तरी पण एकमेकास प्रसंगपरत्वे आधारणारे. भाऊराव हा लेखक. खांडेकर 'भाऊसाहेब' नावाने सर्व परिचित होते. तिघा मित्रांच्या संवाद, संघर्षातून निबंध फुलत राहातात. खांडेकरांच्या पूर्वीच्या लघुनिबंधांच्या तुलनेने हे लघुनिबंध संक्षिप्त आहेत. लिखाणाच्या धाटणीत कुठे-कुठे पाल्हाळिकता आहे, तरी पण वैचारिक प्रौढपणामुळे हे निबंध अधिक प्रभावी, प्रगल्भ वाटतात.

या संग्रहातील 'क्ष × ज्ञ = ?' असं गणिती शीर्षक धारण केलेला लघुनिबंध जीवनसूत्राची उकल करतो. 'संवादातून समस्येकडे' अशा शैलीने लिहिल्या गेलेल्या संग्रहातील अन्य निबंधांप्रमाणे यातही सहज संवादातून जीवन संदर्भांची मांडणी केली

आहे. दैव, प्रयत्न, ईश्वर हे जीवनाचे मुखवटेच. यातला मुखडा (खरा चेहरा) कोणता? नशिबाचा आधार घेऊन जगणारी माणसं जीवनाचं कोडं उलगडल्याच्या भ्रमात जगतात खरी पण तो असतो योगायोग. आयुष्याच्या गुणाकारात 'क्ष' सारखा काल्पनिक घटक असूच शकत नाही. जीवन म्हणजे 'ज्ञ'– प्रयत्न. दैवाला प्रयत्नांनी गुणल्याशिवाय ते वास्तव होत नाही. 'प्रयत्ने वाळूचे कण रगडिता तेल ही गळे' सारखा आत्मविश्वासच जीवन सार्थकी करतो. 'दैवायते कुलेजन्मा, मदायतुं पौरुषं' हे जीवनसूत्र कर्णाद्वारे समजाविणारे, 'वेणीसंहार'च खरं जीवन असं सांगणारा हा निबंध.

'नवी अफू' सन १९७३ साली लिहिलेला निबंध. त्याकाळी दूरदर्शन आजच्या इतकं सर्वप्रचलित नव्हतं. घरोघरी रेडिओ हे एकच मनोरंजनाचे प्रभावी साधन होते. लेखकाच्या शेजारी एका बाजूस एक तरुणी तर दुसऱ्या बाजूस एक वृद्ध महिला राहायची. दोघींचा दिवसभरचा एकमेव कार्यक्रम रेडिओ ऐकणे हाच असायचा. त्यामुळे लेखकाची दामटी वळायची. लेखक विचार करू लागतो तेव्हा त्याच्या लक्षात येतं की वाढत्या समृद्धीनं निर्माण झालेली पोकळी रेडिओ नसेल तर खायला उठेल! यंत्र नि उद्योगामुळे माणसाची भावनिक भूक अतृप्त राहू लागलीय. अलीकडच्या काळात रेडिओची जागा दूरदर्शन संचानी घेतली खरी. पण त्याबरोबरच चित्रपट, संगीत, हॉटेल, वृत्तपत्रे, राजकारण या गोष्टींनी वाढत जाणारं प्रस्थ काय सांगतं याची मार्मिक मीमांसा खांडेकर ज्या तर्कशुद्ध पद्धतीने करतात त्यातून त्याच्यातील समाज शिक्षक जसा डोकावतो तसाच द्रष्टा तार्किक ही. माणूस रोज निर्माण होणाऱ्या नव्या पोकळीची भरपाई करण्यासाठी नवी अफू शोधत राहातो खरा पण ही अफू अन्नाची जागा घेऊ शकत नाही हे खांडेकर ज्या तर्कशुद्ध पद्धतीने या निबंधात मांडतात ते केवळ भाष्य असत नाही, ते असतं त्रिकालाबाधित सत्य! खांडेकरांचे काही लघुनिबंध अभिजात साहित्य ठरावे असे आहेत. हा लघुनिबंध वैचारिक अंगांनी पाहू लागलो तर याच श्रेणीतला.

आधुनिक काळात स्वार्थ हाच माणसाचा वेद बनू लागल्याचं शल्य, टोचणी खांडेकरांना अस्वस्थ करते. 'साप नि मुंगूस' या लघुनिबंधात मालक-भाडेकरू, मालक-कामगार, सासू-सून इ. च्या रूपात दिसून येणारे नवे वर्ग संघर्ष चित्रित करून खांडेकर माणसाच्या स्वामित्वाच्या मूलभूत प्रवृत्तीवर बोट ठेवतात. आज

माणूस हरघडी भांडणात, संघर्षात गुरफटल्याचे दिसून येते. खांडेकरांच्या दृष्टीने याचे मूळ 'स्व', 'अहंता' होय. स्वदोष-दर्शन व परदोषाप्रती क्षमाशीलता अशी आदर्श आचारसंहिता माणूस जोवर बुद्ध्या स्वीकारणार नाही, तोवर त्याचं जीवन समाधानी होणार नाही असा गुरूमंत्र देणारा हा लघुनिबंध. साप-मुंगूस, वाघ-शेळी जर सृष्टीत गुण्यागोविंदाने राहू शकतात (भिन्न वंशीय असून सुद्धा!) तर माणूस का नाही? अशी पृच्छा करणारा हा लघुनिबंध वाचकांना नक्कीच अंतर्मुख करील.

जग जसं विकसित होऊ लागलं तसं माणसाचं आयुर्मान वाढू लागलंय. शंभर एक वर्षापूर्वी लिहिलेल्या देवलांच्या 'शारदा' नाटकातील 'श्रीमंत' अवघा पाऊणशे वर्षाचा होता. त्याचं वय त्या काळात अप्रुपाचा विषय. आज हे वय वाढत्या आयुर्मानामुळे सर्वसामान्य झालंय. इतकंच नव्हे तर कालौघात केस कलप, कवळी, कर्णयंत्र, काँटॅक्ट लेन्स इत्यादीमुळे वृद्धत्वाच्या खुणा धूसर झाल्यात. पूर्वी वृद्धत्व मोठीच सामाजिक समस्या होती (आयुर्मान वाढविण्याच्या संदर्भात!) आज तर त्याचं स्वतंत्र शास्त्रच विकसित झालंय– जराशास्त्र (Gerontology). काळाबरोबर समाजाच्या समस्यांचे तोंडावळे बदलतात हेच खरं! लोकसंख्या नियमन आजचा यक्षप्रश्न. इच्छामरण ही चर्चेच्या भोवऱ्यात सापडलेली आणखी एक समस्या. आरोग्याच्या दृष्टीनं, वैद्यक अंगानी वृद्धत्व समस्या राहिली नाही असा दिलासा देणारा 'म्हातारा इतुका न!' लघुनिबंध खांडेकरांच्यातील सामाजिक समस्यांचा भविष्य वेध घेण्यातील अचूकपण टिपतो. आज वृद्धत्व आरोग्याच्या दृष्टीने आह्वान राहिलं नाही. पण सामाजिक दृष्ट्या वृद्धांची वाढती संख्या, वाढते आयुर्मान प्रश्न झालाय खरा याची क्लेषकारी जाणीव हा निबंध वाचताना नाही झाली तरच आश्चर्य! खांडेकरांचे लघुनिबंध शिळोप्याच्या गप्पांच्या शैलीने लिहिले तरी त्यात सामाजिक गुजगोष्टींचे गांभीर्य असते. संवाद सहज असतो पण अस्वस्थ करणारा!

रोजच्या व्यवहारातील साधे संवाद, प्रश्न, वाक्यं खांडेकरांच्या लघुनिबंधकाराला नित्य साद घालत राहतात. गॅरी सोबर्सच्या 'हा काय न्याय झाला?' सारख्या साध्या प्रश्नातून निर्माण झालेला 'न्याय' लघुनिबंध 'अजून येतो वास फुलांना' मध्ये संग्रहित आहे. असंच नेहमी रोजच्या जीवनात कानावर येणारं वाक्य– तीन शब्दांचं– 'हा व्यवहार आहे.' हे वाक्य 'दोन मापं-तीन शब्द' निबंधाचं जनकत्व स्पष्ट करणारं! रोजच्या जीवनात

आपणास हक्काचं जितकं भान असतं तितकं कर्तव्याचं नाही असत. आपण नेहमी दोन मोजपट्ट्या, दोन मापं लावून जगत असतो– आपल्याला एक अन् दुसऱ्याला एक. याचं परखड चित्रण करणारा हा लघुनिबंध आपपर भेद दूर करण्याची शिकवण देतो. स्वार्थाचं त्रिभुवन स्पष्ट करणारा हा निबंध नवी बोच निर्माण करतो.

माणूस स्वतःच्या दुःखात इतका आकंठ डुबलेला असतो की देवांची पण दुःखं असू शकतील असा पुसटसा विचारही त्याच्या मनास कधी शिवत नाही. लेखकाचं असामान्यत्व तिथंच सिद्ध होतं. खांडेकर देवाच्या दुःखाची कल्पना करतात ते माणसाच्या विकृती, विसंगतीमुळे! माणसानं देवाची चालविलेली विटंबना लेखकास विडंबनेस प्रवृत्त करते. स्वप्नशैलीत लिहिलेला 'देवांची दुःखं' हा लघुनिबंध हिंदी वाचकांना बालकृष्ण भट्ट यांच्या 'शिवशंभू का चिट्ठा' चं स्मरण दिल्याशिवाय रहात नाही. निबंधात खांडेकरांनी 'फॅन्टसी'चा चपखल उपयोग केला आहे. दारूच्या दुकानाचा शुभारंभ सत्यनारायणाच्या पूजेनी झाल्याचे दाखवून 'हेचि फळ काय मम तपाला?' विचारण्याची पाळी साक्षात परमेश्वरावर जेव्हा खांडेकर आणतात, तिथेच त्यांच्यातील श्रेष्ठ कलाकाराची पावती मिळून जाते.

खांडेकर आपल्या लघुनिबंधातून जुन्या-नव्याची मोट मोठ्या कुशलतेने बांधत राहातात याचा प्रत्यय 'अच्छा! तो हम चलते...' सारख्या हलक्या-फुलक्या विषयावर लिहिलेल्या लघुनिबंधातून येत राहतो. या निबंधात खांडेकर जुने 'झगडे' नि नवी 'द्वंद्व गीतं' (Duet) यांच्या बहाण्यानं प्राचीनतेवर आधुनिकतेचं आक्रमण अधोरेखित करतात. पद्यावर आज गद्याचं झालेलं आक्रमणही त्यांच्या निरीक्षण व विवेचनातून सुटत नाही. त्यांना संस्कृतमधील 'भट्टी काव्य'ही आपसुख आठवतं. विज्ञान नि काव्य, यंत्र नि श्रद्धा यांचं द्वंद्व या निबंधात खांडेकर कौशल्याने गुंफतात. 'अच्छा! तो हम चलते...' हे सिने गद्यगीत ऐकून सुचलेला हा लघुनिबंध जीवनातील किती तरी विषयांना गवसणी घालत राहतो– हे सारं पाहिलं की खांडेकरांमधील लघुनिबंधकार किती बहुश्रुत होता हे लक्षात येतं.

संग्रहशीर्षक लघुनिबंध 'मुखवटे' खांडेकरांनी घेतलेला खऱ्या माणसाचा शोध होय. मनुष्य म्हणजे खऱ्या-खोट्याची सरमिसळ. या जगात मुखवटा धारण न करणारा माणूस मिळणे कर्मकठिण खरेच. पण माणूस मुखवटे का धारण करतो? हा लेखकाला

सतावणारा खरा प्रश्न. लेखकाकडे एकदा दुष्काळाचे बळी ठरलेली काही माणसे मदत मागायला येतात. लेखक चौकशी न करता त्यांना अर्थसहाय्य करतो. चिंतोपंतांना लेखकाच्या या उदारतेचा (खरं तर वेंधळेपणाचा) राग येतो. योगायोगानी मदत मागणारी मघाची माणसं चिंतोपंतांना नंतर आईस्क्रीम खाताना आढळतात... झालं चिंतोपंतांची शीर उठते... लेखक या साऱ्या प्रसंगामागची कारणमीमांसा करत आपला लघुनिबंध फुलवतो... खांडेकरांच्या दृष्टीने जग मुखवट्यांचा बाजार होय. देव जिथे मुखवटे धारण करतो तिथं माणसाची काय कथा? आजवर माणसांनी वेळोवेळी चढविलेले मुखवटे गोळा केले नि त्यांचं प्रदर्शन मांडलं तर ते किती जंगी होईल? निबंधकाराची ही विस्मयकारी पृच्छा माणसाचं बेगडी जीवन स्पष्ट करते.

'देवांची दुःखं' प्रमाणेच 'गरीब बिचारा ईश्वर!' लघुनिबंध ही माणसाने ईश्वराच्या हरघडी केलेल्या गैरवापराचा हिशोब चुकता करतो. माणसानं ईश्वराला स्वार्थापोटी हरकाम्या करून टाकलंय हे दाखवून खांडेकर वाढत्या अंधश्रद्धेवर, पराधीनतेवर प्रहार करतात. या निबंधातील डास पुराणाचे पाल्हाळ सोडले तर अन्य पुरोगामी विवेचन मात्र मनावर ठसल्याशिवाय रहात नाही. विशेषत: दामाजीच्या कृतीची खांडेकरी उकल त्यांना दूरदर्शी ठरवते. 'सुगंधी फिनेल' निबंधातून माणूस आपल्या काळातील कल्पनांचा कैदी कसा असतो ते खांडेकर स्पष्ट करतात. 'लांडोरीचा नाच' लघुनिबंध 'देवांची दुःखं' प्रमाणेच विडंबनात्मक शैलीने साकारलेला. ध्वनिप्रदूषण हा निबंधाचा सूत्र विषय. त्यातून खांडेकर विज्ञानाच्या विधायक उपयोगाचे महत्त्व समजावितात. 'सांडगे, पापड आणि कंपनी' लघुनिबंधाच्या नावातच हास्य सामावलेलं! निबंधही त्याच हलकेपणाने आकारतो पण हळूहळू तो यंत्रयुग, औद्योगिक संस्कृती, भौतिकवाद, पारंपारिक नैतिक मूल्यांचा ऱ्हास चित्रित करत माणसाचं कळसूत्रीपण रेखाटतो. गप्पातून गंभीर गुजगोष्टी, हितगूज करायचं खांडेकरांचं कसब या लघुनिबंधातून पुन्हा एकदा स्पष्ट होतं. 'जय जय परब्रह्म' मध्ये खांडेकर भोंदूगिरी नष्ट करण्याची आवश्यकता स्पष्ट करतात. 'लोक काय म्हणतील?' मध्ये ते लोकभयाचं मार्मिक चित्रण करतात. 'कशाला उद्याची बात' लघुनिबंध अस्तित्ववादी विचारधारेचे समर्थन करणारा तर 'महानिद्रा' मृत्युविषयी प्रकट चिंतन करणारा. संध्याछायेचं भय, सावट या निबंधातून स्पष्टपणे जाणवतं. 'महानिद्रेचं स्वागत महामानवच करू जाणे' ही लेखकाची स्वीकारोक्ती म्हणजे आपले

पाय मातीचे असल्याची कबुलीच. एका अर्थाने खांडेकरांचे हे लघुनिबंध म्हणजे माणसाच्या खऱ्या चेहऱ्याचा शोध नि चिकित्साच होय!

'स्वराज्य'मध्ये प्रकाशित या निबंधांचा कालखंड पहाता तो खांडेकरांनी दृष्टी गमावल्यानंतरचा होता हे स्पष्ट होते. दृष्टीहीन अवस्थेतही खांडेकर सतत लिहित राहिले. या काळातील त्यांचं सारं लेखन गत आयुष्याचं मूल्यमापन करणारं जसं होतं, तसं ते माणसाच्या जगण्याचा वास्तविक शोधही होतं. माणसाचा चेहरा नि मुखवटा यातील अंतर समजावून घेत तो माणसाच्या जीवन व जगण्याचा घेतलेला संवेदनशील धांडोळा होता, नि म्हणून 'मुखवटे'मधील निबंधांना जीवनाच्या ताळेबंदाचं रूप येतं. भाषा, भाव, शैली, शिल्प साऱ्या अंगानी 'मुखवटे' मधील लघुनिबंध पूर्वीच्या निबंधांपेक्षा कलात्मक दृष्टीनी जसे सरस तद्वतच विचारांच्या दृष्टीनी अधिक गंभीर व प्रौढ वाटतात. लघुनिबंधकार खांडेकरांचं व्यक्तिमत्व पूर्णत: समजून घेण्यास हे निबंध उपयोगी ठरतील असे वाटल्यावरून हे मुखवटे गोळा केलेत. ते तुम्हास तुमचा खरा चेहरा दाखवतील. या अर्थाने या निबंधांना जीवन दर्पणाचं रूप आलंय. या आरशात वाचक डोकावतील तर एकाच वेळी त्यांना आपले मुखवटे दिसतील नि चेहरेही. माणसाच्या वास्तव नि भ्रामक प्रतिमा एकाच वेळी दाखवणारा हा आगळा आरसा!

माझे स्नेही व मराठीचे व्यासंगी प्रा. डॉ. द. दि. पुंडे आणि दैनिक 'सकाळ'चे संपादक श्री. अनंत दीक्षित– उभयतांनी मला दुर्मिळ संदर्भ नि साहित्य मिळवून देण्यात मोलाचे सहाय्य केले. 'मुखवटे' जुळवत असताना या मित्रांचा मला भावलेला 'चेहरा' मी कसा विसरू शकेन?

'निशांकुर', रणनवरे वसाहत   **डॉ. सुनीलकुमार लवटे**
राजीव गांधी रिंग रस्ता,
सुर्वेनगरजवळ, कोल्हापूर ४१६००७.

अनुक्रमणिका

क्ष × ज्ञ = ? / १

नवी अफू / ५

साप आणि मुंगूस / ११

म्हातारा इतुका न! / १७

दोन मापं – तीन शब्द! / २२

देवांची दुःखं / २९

अच्छा! तो हम चलते... / ३५

मुखवटे / ४१

गरीब बिचारा ईश्वर! / ४७

सुगंधी फिनेल / ५३

लांडोरीचा नाच / ५९

सांडगे, पापड आणि कंपनी / ६५

जय जय परब्रह्म! / ७०

लोक काय म्हणतील? / ७६

कशाला उद्याची बात? / ८३

महानिद्रा / ८८

क्ष × ज्ञ = ?

"मरण यावं तर असं!" घाम पुशीत आणि धापा टाकीत पायऱ्या चढून आलेले चिंतोपंत उद्गारले.

ते काय म्हणताहेत हेच मला कळेना. त्यांना मी जरा स्वस्थ बसायला सांगितलं. मग थोडं गार पाणी आणून दिलं. एक दोन मिनिटांनी ते सावध झाले, बोलू लागले. "भाऊराव, मरण यावं तर असं!"

मग चिंतोपंतांनी रसभरीत रीतीनं नुकताच घडलेला एक प्रसंग सांगितला. त्यांच्या परिचयाचे कुणी तरी गृहस्थ साठीच्या आतबाहेरचे! गडी तगडा, चांगला उंचापुरा. डॉक्टरला कधी पैशाचं बिल दिलं नाही त्यानं. हे गृहस्थ दुपारी जेवायला बसले. घरात काही गोड-धोड केलं होतं. त्यांच्या आवडीची घोसाळ्याची भजीही होती. स्वारी पोटभर जेवली. 'अन्नदाता सुखी भव' हे शब्द सवयीनं पुटपुटली. बैठकीच्या खोलीत आली. पानांचा डबा पुढं घेऊन तांबुलाची तयारी करू लागली, पण पानांचे देठ काढून झाले नाहीत तोच त्यांच्या तोंडून एकदम कापरा उद्गार निघाला– 'अरे-रे-रे विश्वनाथ, ज-ज-जरा-ज... जरा इकडे ये. मला मला-कससंच' विश्वनाथ मागील दारी आंचवत होता. तो घाईघाईनं सोप्यावर आला. पाहतो तो काय! सारा खेळ खलास! कुणीतरी व्रात्य पोरानं सोप्यावरला पोपटाचा पिंजरा उघडावा आणि आतल्या पाखरानं भुर्रकन उडून जाऊन समोरच्या गर्द झाडीत अदृश्य व्हावं तसं काही तरी घडलं होतं!

हे सारं साग्रसंगीत वर्णन करून चिंतोपंत म्हणाले, "आता बोला,

काही हास-भास नसताना हा गृहस्थ एका क्षणात या जगाची शीव ओलांडून गेला. परमेश्वरानं किती सुखाचं मरण दिलं त्याला. याला म्हणतात नशीब-भाग्य!''

मी उद्‌गारलो, ''अहो, या साऱ्या योगायोगाच्या गोष्टी. त्यांचा भाग्याशी आणि परमेश्वराशी काय संबंध आहे!''

चिंतोपंतांचा भित्रेपणा मला चिरपरिचित होता. मृत्यू येतो तो विलक्षण वेदना घेऊन अशी समजूत असणाऱ्या मंडळींपैकी ते होते. स्वत:च्या मृत्यूच्या कल्पनेशी गंमतीनं खेळत बसण्याचा धीरच त्यांना कधी झाला नसावा! यामुळेच क्षणार्धात सारा कारभार आटोपून टाकणाऱ्या मरणाचं कौतुक करण्याकरिता ते उन्हातान्हातून माझ्याकडं धावत आले होते.

चिंतोपंत निघून गेले तरी त्यांनी सांगितलेला प्रसंग माझ्या मनात कितीतरी वेळ घोळत होता. इतक्यात रंगोपंत नेहमीप्रमाणे गप्पा मारायला आले. आल्याबरोबर त्यांनी सिगारेट शिलगावली नाही, हे पाहून मला थोडे आश्चर्य वाटले. मी त्यांना काही प्रश्न करणार तोच ते बोलू लागले. 'भाऊराव, नशीब नशीब म्हणतात हे. दैव द्यायला लागलं म्हणजे हजार हातांनी देतं. तो नाम्या परीट आहे ना, लॉटरीत लाखाचं बक्षीस मिळालं त्याला आणि ते तरी कसं अगदी घरी पोस्टमननं पत्र आणून द्यावं तसं! दामाजी पंतांचं देणं विठू महाराचं रूप धारण करून पांडुरंगानं चुकतं केलं होतं ना? अगदी तस्सं! हा परीट लॉटरीचं तिकीट घ्यायला का-कू करीत होता. ती तिकीटं विकणाऱ्या पोऱ्यानं गयावया करून ते त्याच्या गळ्यात बांधलं. एक रुपाया फुकट गेला असं नाम्या मनात चडफडत होता. पण आज लॉटरीचा निकाल लागला नि परटाचा पादशहा झाला. उठल्या-सुठल्या दैववादाची थट्टा करणारे तुम्ही लोक. आता सांगा जन्मभर आमच्या तुमच्यासारख्यांचे कपडे धुवून या परटाला पाच हजार तरी मिळाले असते का? बिचाऱ्यानं शंभराची नोट पाहिली आहे की नाही कुणास ठाऊक! पण परमेश्वर ज्या पांगळ्यावर प्रसन्न होतो तो हिमालयसुद्धा चढून जातो. आता बोला, आमचा दैववाद श्रेष्ठ की तुमचा प्रयत्नवाद श्रेष्ठ!'

रंगोपंत निघून गेल्यावर नुकत्याच ऐकलेल्या दोन्ही घटनांचा मी विचार करू लागलो. माणसाच्या आयुष्यात जिथं-तिथं ईश्वराची कृपा किंवा कोप यांचा संबंध लावण्याची आपली पूर्वापार पद्धत मला

नेहमीच दुबळेपणाची वाटत आली आहे. पण कोणत्याही प्रकारची प्रकृतीची तक्रार नसताना एखाद्या मनुष्यानं क्षणार्धात या जगाचा निरोप घ्यावा किंवा कोणत्याही मार्गानं श्रीमंत होण्याची शक्यता नसलेला एखादा गरीब लॉटरीच्या प्रसादानं लक्षाधीश बनून जावा या गोष्टी मनुष्याला नाही म्हटलं तरी दैववादाकडं नेतात यात नवल कसलं! माझ्या लहानपणी दैव, नशीब हे शब्द लोकांच्या तोंडी आजच्यापेक्षा अधिक प्रमाणात असतं. 'नशिबी असे, नच ते टळे' हा शारदेच्या आईच्या तोंडी असलेल्या पदाचा चरण सुभाषितासारखा वापरला जाई. आता शिक्षण वाढल्यामुळं आम्ही अधिक प्रौढ भाषेत बोलायला लागलो आहोत. कार्यकारणभावाचा संबंध नसलेली एखादी घटना घडली म्हणजे आपल्या तोंडून उद्‌गार निघतात 'हा सारा नियतीचा खेळ आहे.' पण साध्यासुध्या शब्दाऐवजी ज्यांचा अर्थ बोलणाऱ्याला आणि ऐकणाऱ्याला संदिग्धपणेच कळतो असे संस्कृत शब्द वापरले तरी त्यामुळे मानवी जीवनाच्या मूलभूत गूढतेवर काही अधिक प्रकाश पडत नाही. मोलियरच्या एका प्रहसनातला श्रीमंत बनलेला अडाणी नायक सुसंस्कृत होण्याच्या इच्छेनं एक शिक्षक ठेवून त्याच्याकडे शिकू लागतो. तो शिक्षक त्याला गद्य आणि पद्य यातला भेद समजावून सांगतो आणि मग हे धनिक महाशय मोठ्या अचंब्याने उद्‌गारतात, 'म्हणजे? आजपर्यंत मी गद्यातच बोलत होतो म्हणायचा!' तसंच थोडंसं आहे हे!

दैवं, नशीब, प्राक्तन, अदुष्ट, नियती इत्यादिकापासून सटवीनं लिहिलेल्या ललाट लेखापर्यंत कोणत्या तरी शब्दाचा आश्रय करून जीवनाचं न उलगडणारं कोडं सुटलं असं आपण मानतो! तुमच्या आमच्यासारख्या सामान्यांची गोष्ट कशाला हवी. विसाव्या शतकाच्या मध्यभागी उभे असलेले पं. नेहरू. सर्व आधुनिक शास्त्रे त्यांच्या रक्तात मुरलेली– अशा बुद्धिवादी पंडितानं सुद्धा स्वातंत्र्य प्राप्तीचा क्षण हा आपला नियतीशी संकेत होता अशा अर्थाचे उद्‌गार भावविवश होऊन काढले.

म्हणजे एखादी बरी-वाईट गोष्ट घडल्यानंतर मग आपण तिचा नियतीशी संबंध जोडू लागतो. फलज्योतिषासारख्या माणसाच्या अनेक धडपडी उद्या जे घडणार आहे ते आज आपल्याला कळावं या दुर्दम्य इच्छेच्या पोटी जन्माला आल्या आहेत. कुडबुड्या जोशापासून संभोग आणि समाधी यांची सांगड घालणाऱ्या आध्यात्मिक नेत्यापर्यंत आपल्या

देशात सर्वांना जे भरपूर गिऱ्हाईक मिळतं ते माणसाच्या या वेड्या इच्छेमुळेच. त्या बिचाऱ्याच्या हे कधीच लक्षात येत नाही की 'आयुष्य ही एक रोज त्याच चाकोरीतून जाणारी एक नीरस संसार कथा आहे. वात्सल्य, प्रीती, करुणा, भक्ती अशा भावनांची सावली तिच्या वाटेवर अधून मधून लाभत असली तरी हा सारा रस्ता धुळीनं भरलेला, प्रसंगी काटेकुटे आणि ठिकठिकाणी खाचखळगे असा आहे. पण ही नीरस संसारकथा प्रत्येकाला सरस वाटावी म्हणूनच उद्या पृथ्वीच्या पाठीवर सूर्य आपल्या किरणांनी कोणती अक्षरे लिहिणार आहे याची कल्पना आजच्या सूर्याला नसते!'

याचा अर्थ योगायोग नावाचा– मग त्याला कुणी दैव म्हणो, कुणी प्राक्तन म्हणो, कुणी अदुष्ट म्हणो, बीजगणितातल्या 'क्ष' सारखा एक घटक आयुष्याच्या गुणाकारात नसतो असं नाही. त्याचं अस्तित्व मला मान्य आहे. मात्र तो आयुष्यातली सुखदु:खं निर्माण करणाऱ्या अनेक घटकांपैकी एक आहे. टॉलस्टॉयची 'वॉर ॲण्ड पीस' ही ज्यापुढं इसापची नीतिकथा वाटावी. अशा गुंतागुंतींनी भरलेल्या मानवी जीवनात या एकाच घटकाला अवास्तव महत्त्व देणं वेडगळपणाचं ठरेल.

मी जेव्हा मानवी जीवनाचा तटस्थपणानं विचार करू लागतो तेव्हा माझ्यापुढं माघ महिन्यातल्या चांदण्या रात्री एका विशाल प्रांगणात काढलेला आट्यापाट्यांचा पट उभा करतात. त्यातल्या प्रत्येक पाटीतून माणसाला पुढं सरकायचं असतं. प्रत्येक पाटीत त्याला अडविणारा एक प्रतिपक्षी चपळाईनं रक्षण करीत असतो. अशा अनेक पाट्यातून सरकत सरकत पुढं जाऊन मीठ आणण्यात त्याच्या कौशल्याची कसोटी असते. या आट्यापाट्यात दैवाची जागा आहे ती सूर धरणाऱ्यांची. सूर धरणाऱ्यांकडून आपण केव्हा मारले जाऊ याचा नेम नसतो. हे जेवढं खरं आहे तेवढंच सूर धरणारा आपल्या एकट्याला सदैव अडवून धरू शकत नाही हेही खरे आहे. या जगात माणसाला अत्यंत मर्यादित का होईना स्वातंत्र्य आहे. म्हणूनच 'वेणी-संहार' नाटकातला पुरुषार्थी कर्ण उद्‌गारतो, 'मनुष्य कोणत्या कुळात जन्माला यावा हे नशीबावर अवलंबून असेल. माझा जन्म माझ्या हाती नव्हता, पण माझा पराक्रम माझ्या हातात आहे!'

□

नवी अफू

लहानपणी ख्रिस्ताच्या दहा आज्ञा जेव्हा माझ्या वाचनात आल्या तेव्हा सज्जन होण्याचा गुरुमंत्रच आपल्याला सापडला असं मला वाटलं. रामायण-महाभारताचे संस्कार मनावर होतेच, त्यात या दहा आज्ञांची भर पडली. मी त्या तोंडपाठ करून टाकल्या. वाटलं होतं या दहा आज्ञा पटापट आपण अंमलात आणू. पण जसजसा एकेक पावसाळा मागं पडू लागला तसतसं हे किती महा कठीण कर्म आहे याची मला कल्पना आली. या आज्ञांच्या पालनापेक्षा त्यांचा भंगच आपल्या हातून वारंवार घडत आहे, असे वाटण्याजोगे अनेक प्रसंग घडले.

आज मी अशाच एका पेचप्रसंगात सापडलो आहे. ख्रिस्तानं सांगितलं आहे, 'शेजाऱ्यावर प्रेम कर' माझं बालमन म्हणालं होतं, 'हात्तीच्या त्यात काय कठीण आहे. शेजारी मी नेहमी खेळायला जातोच की. माझे किती तरी दोस्त आहेत तिथे.' तरुणपणी ख्रिस्ताचा हा उपदेश माझ्या लक्षात राहिला नाही हे फार बरं झालं. नाहीतर 'शेजाऱ्यावर प्रेम कर' या त्याच्या आज्ञेचा अर्थ शेजारच्या तरुण, सुंदर मुलीवर प्रेम कर असा लावून मी मोकळा झालो असतो आणि कुठल्या तरी भानगडीत गुरफटून गेलो असतो. आता उतारवयात ख्रिस्ताच्या या आज्ञेचं निरनिराळ्या कारणांनी स्मरण होत आहे, पण आजकाल शेजाऱ्यावर प्रेम कसं करायचं हा प्रश्न दत्त म्हणून माझ्यापुढं उभा ठाकला आहे!

म्हणजे आमच्या दोन्ही बाजूच्या घरातल्या माणसांचे आणि माझे तुंबळ युद्ध सुरू झालंय असं नाही. कोकणात वईवरून दोन शेजाऱ्यात

पिढ्यान् पिढ्या भांडण असतात, तसा सरहद्दीचा प्रश्न आमच्या बाबतीत उपस्थित होऊच शकत नाही. कारण आमची सर्वांची घरं आहेत एका नव्या वसाहतीत. त्यांची टीचभर जागा मुळातच मोजून मापून दिलेली. बुद्धिबळाच्या पटावरल्या घरासारखी.

माझा धंदा आणि आमच्या शेजारच्या घरातल्या लोकांचे धंदे एकच असल्यामुळे आमच्यामध्ये काही व्यावसायिक स्पर्धा सुरू आहे असंही नाही. पण या घरात नवी बिऱ्हाडं आली आहेत. या दोन्ही बिऱ्हाडात सकाळी सहा-साडेसहा पासून रात्री दहा-साडेदहापर्यंत रेडिओ सतत तारस्वरानं ओरडत असतो. त्याच्या वर कुठली ना कुठली गाणी कानठळ्या बसवणाऱ्या स्वरात वाजत असतात. दिवसभर दोन्ही बाजूंनी या प्रक्षुब्ध संगीत सागराच्या लाटा माझ्या कानावर थाडथाड् आदळत असल्यामुळं लिहिणं, वाचणं, झोपणं, विचार करणं यापैकी कुठलीच गोष्ट मी दोन घटका निवांतपणे करू शकत नाही. शास्त्र या दृष्टीनं संगीतात मला काही कळत नसलं तरी गाणं मला आवडतं 'गाण्याने श्रम वाटतात हलके' ही केशवसुतांची उक्ती खेडेगावातल्या पहाटे जात्यावर दळण दळणाऱ्या बाईपासून समुद्रात मासेमारीकरता होडी घेऊन जाणाऱ्या गाबतापर्यंत सर्वांनी मला पटवली आहे. पण घराच्या पूर्व आणि पश्चिम या दोन्ही बाजूंनी माझ्यावर कानांचे पडदे फाटतील की काय असं वाटायला लावणाऱ्या संगीताचा सध्या जो मारा होत आहे त्यानं मी अर्धमेला होऊन गेलो आहे.

सकाळपासून रात्रीपर्यंत माझं डोकं उठविणारे हे दोन शत्रू कोण आहेत याचा मी शोध सुरू केला. उजवीकडल्या बिऱ्हाडात दिवसभर संगीत पूजेत मग्न असलेल्या बाई आहेत सुमारे पन्नाशी उलटलेल्या, कदाचित साठीकडे झुकलेल्या. घरची स्थिती खाऊन पिऊन बरी असावी. दोन-तीन मिळवते मुलगे कुठं तरी दूर नोकऱ्या करताहेत म्हणे. मुलींची लग्नं झाली असावीत. घरात एक दोन नोकरचाकराखेरीज कुणाची हालचाल दिसत नाही. लहान मूल जसं हातातल्या खुळखुळ्याच्या आवाजात दंग होऊन किरकिरायचं थांबतं तशी या बाईची स्थिती असावी.

डावीकडल्या बिऱ्हाडात मुख्यतः रेडिओपाशी दिसते ती पंचविशीच्या आत बाहेरली एक तरुण मुलगी. शिक्षण संपवून लग्नाच्या वाटेकडे डोळे

लावून बसलेली. तिचे आई-वडील नोकरी करतात. धाकटी भावंडं शाळा, कॉलेजात जातात. दुपारभर घरी ती एकटीच असते. तिचाही रेडिओ हा जीवश्चकंठश्च मित्र झाला आहे. असे हे दोन्हीकडले दोन रेडिओ जोरजोराने किंचाळत असतात आणि मध्ये माझी दामटी वळते. 'रेड्यापाड्यांची झुंज आणि झाडाला काळ' अशी म्हण आहे ना त्यातलाच हा प्रकार!

या दोघींना संगीतात काही विशेष गम्य असावं असं त्यांच्या चेहऱ्यामोहऱ्यावरून आणि हालचालीवरून वाटत नाही. सैगल, नूरजहान, लता यांची गाणी मला फार आवडतात. रस्त्यानं जाताना बाजूच्या घरातल्या रेडिओवरून सैगलच्या तोंडची 'सुखके दिनका एक सपना था' ही ओळ ऐकली किंवा लताबाईंचे 'आयेगा आयेगा' हे गाणं सुरू झालं की माझे पाय जागच्या जागी खिळतात. मन त्या सुरांबरोबर फुलपाखरांप्रमाणे भर्रकन् उडू लागतं. पण माझ्या शेजारणी झालेल्या या दोन भगिनींची अशी काही खास आवड दिसत नाही. मग एखाद्या टांग्याच्या घोड्याप्रमाणं या बाया (चुकलो! महिला) आपल्या रेडिओला अष्टौप्रहर ओरडायला का लावतात, हा प्रश्न मला सारखा सतावू लागतो.

हे कोडं सोडविण्याचा मी शिकस्तीचा प्रयत्न केला आणि अचानक एका भयानक सत्याचं मला ओझरतं दर्शन झालं. झपाट्यानं बदलणाऱ्या सामाजिक आणि कौटुंबिक परिस्थितीमुळे या दोघींच्या जीवनात पोकळी निर्माण झाली आहे. ती भरून काढण्याकरता एखाद्या विहिरीतून उगीच पाणी उपशीत राहावं त्या प्रमाणं त्या उठल्यासुठल्या रेडिओची गाणी लावीत आहेत. या आवाजाच्या पुरात जागेपणातला क्षण आणि क्षण बुडवून टाकीत आहेत. स्वरलहरींच्या गर्दीत स्वत:ला हरवून बसण्याचा प्रयत्न करीत आहेत. त्यांनी रेडिओ सुरू ठेवला नाही तर प्रत्येक दिवस त्यांना खायला येईल, स्वत:विषयी आणि जगाविषयी त्यांना विचार करायला लावील, भोवताली पसरलेल्या दारुण दु:खाचा आक्रोश त्यांच्या कानी पडेल. ही दु:खं हलकी करण्याच्या कामी तुलाही भाग घेतला पाहिजे, या सनातन वाणीचे प्रतिध्वनी त्यांच्याही मनाच्या गाभाऱ्यात उमटू लागतील, विवेकबुद्धीची ही जाग– आत्म्याची ही टोचणी माणसाला सहसा प्रिय नसते. तिचा विसर पडावा म्हणून तो

नेहमीच पळवाटा शोधीत असतो. पूर्वी काबाडकष्टाची कामे करणाऱ्या बायका घराबाहेर पडताना तान्ह्या मुलाला थोडीशी अफू घालून घरी झोपवीत. त्यांना तसं करणं भागच पडे! त्या अफूचा हा चालू अवतार आहे.

धर्म ही अफू आहे, असं मार्क्स म्हणून गेला. आपल्या समाजात धर्माच्या नावाखाली जे निरर्थक कर्मकांड प्राचीन काळापासून रूढ होऊन राहिलं, त्यानं पिढ्यान् पिढ्या आबालवृद्धांना गुंगीत ठेवलं, ही गोष्ट खोटी नाही. त्या कर्मकांडांचा पोकळपणा गेल्या शे-दीडशे वर्षांत आपल्याला थोडाफार कळला, ती जुनी अफू नव्या मंडळींना रुचेनाशी झाली. आजकाल त्या अफूची जागा एल. एस. डी, हेरॉईन, यथेच्छ मद्यपान इत्यादी पदार्थांनी घेतली आहे.

नीरस आणि एकाकी दैनंदिन जीवन विसरण्याकरता रेडिओवरल्या संगीताच्या कोलाहलापासून नाना प्रकारच्या अमली द्रव्यापर्यंत, किंबहुना कामुकतेला चाळवणाऱ्या नृत्यगाण्यापर्यंत सर्वत्र माणसं गर्दी करत आहेत. आपली एकच धडपड चालली आहे– स्वत:च्या वाट्यास आलेल्या आयुष्य क्रमापासून दूर दूर पळून जाण्याची, भान विसरायला लावणाऱ्या एखाद्या आभासमय सृष्टीत स्वत:ला झोकून देऊन वास्तवाचे चटके विसरण्याची!

तो शेख महंमद नव्हता का बसला होता माशा मारीत आपल्या काच सामानाच्या टीचभर दुकानात! वजीराची मुलगी आपली गृहिणी व्हायला येईल अशा तर्कटी स्वप्नात गुंग होऊन गेलेला! तिला लाथेनं झिडकारून तो आपले वैभव आणि प्रतिष्ठा सिद्ध करणार होता! पण शेवटी बिचाऱ्याच्या पदरात काय पडलं! उसन्या पैशांच्या बळावर काढलेल्या दुकानातल्या काचसामानाचे तुकडे तुकडे! ही गोष्ट सांगणाऱ्या लेखकाने शेख महंमदाचं पुढं काय झालं हे नमूद करण्याचं टाळलं आहे, पण मला वाटतं, दुकानात पसरलेले ते सारे काचेचे तुकडे साफ करता करता त्याच्या हातापायात बरेच बारीक कण गेले असावेत आणि कुणातरी हकीमाचे पाय त्याला धरावे लागले असावेत.

माझ्या दोघी शेजारणींची मन:स्थिती थोडी फार त्या शेख महंमदासारखीच झालेली दिसते! रेडिओच्या गोंगाटात त्या वस्तुस्थितीचे चटके विसरण्याचा प्रयत्न करीत असाव्यात. शे-पाऊणशे वर्षांपूर्वीच्या

जमान्यात त्या असत्या तर ही तरुणी आपले यजमान, चिल्लीपिल्ली आणि कुटुंबीय मंडळी यांच्या सुखदुःखात भागीदार होऊन स्वतःला विसरून गेली असती. ही प्रौढ स्त्री ही आपल्या भरल्या कुटुंबातल्या नातवंडांना गोष्टी सांगण्यात, त्यांना बटव्यातली औषधं देण्यात आणि मुला-सुनांना हुकूम सोडण्यात मग्न झाली असती. वैधव्याचा आणि वार्धक्याचा तिला विसर पडला असता. त्या दोघींची संवेदनशीलता नकळत जागी राहिली असती. तिची मर्यादा कुटुंबांच्या चार भिंतीपलीकडे गेली नसती हे खरं आहे, पण यंत्रयुग आणि औद्योगिक संस्कृती यांच्या रेट्यानं परंपरागत कौटुंबिक जीवन उध्वस्त केल्यामुळं त्या दोघींच्या जीवनात जी पोकळी निर्माण झाली आहे, ती त्यांना त्या काळी जाणवली नसती.

ही पोकळी आहे मुख्यतः भावना तृप्तीची– संवेदनशीलतेची. जशा मनुष्याच्या शरीराच्या अनेक भुका असतात तशाच्या मनाच्याही काही भुका असतात. या भुकांचं स्वाभाविकरीतीने समाधान करणाऱ्या आयुष्यक्रमात तो सहज रमून जातो. मायेचा स्पर्श, वात्सल्याची पाखर, प्रीतीची ओढ, सेवेचं सुख, कर्तव्याचा आनंद या अशाच काही भावनिक भुका आहेत. दैनंदिन जीवनात त्या तृप्त झाल्या म्हणजे माणसाला आपल्या मनाचा समतोल सहज सांभाळता येतो. झपाट्यानं बदलणाऱ्या सामाजिक परिस्थितीमुळं या भुका आता पूर्वीच्या पद्धतीनं भागविणं अशक्य झालं आहे. भडक चित्रपटाचं आकर्षण, रेडिओवरलं बरं वाईट संगीत, हॉटेलातल्या चमचमीत पदार्थांची चटक, सनसनाटी बातम्यांची आवड, राजकारणातल्या चोथ्याचं चर्वितचर्वण इत्यादिकांचा उगम सामान्य माणसाच्या भावनिक भुकांच्या अतृप्तीतच शोधावा लागेल.

हे सारं टाळायचं असेल तर त्या भुका नव्या मार्गानं कशा तृप्त होतील याचा विचार प्रत्येकानं केला पाहिजे. दिवसभर संगीताच्या गोंगाटात स्वतःला बुडवून घेणाऱ्या त्या दोघींनी पश्चिमेकडचा रंगीबेरंगी मखरातला सुंदर सूर्यास्त किंवा नानाविध नक्षत्रांच्या दीपमाळांनी लखलखणारं आकाश कधी डोळे भरून पाहिलं का? रामायण-महाभारत किंवा शाकुंतल-हॅम्लेट यांची गोडी कधी चविष्टपणानं पुन्हा पुन्हा चाखली आहे का?

या दोघींच्याही घरी मोलकरणी येतात त्या पलीकडच्या झोपडपट्टीतून.

जी बाई आपलं घर आरशासारखं निर्मळ ठेवते तिच्या घरी एकदा जावं आणि ते कसं आहे ते पाहावं अशी इच्छा या दोघींपैकी एकीला कधी तरी झाली आहे का? आपल्या मोलकरणीचं जीवन सुसह्य व्हावं म्हणून तिच्याकरता निरपेक्षपणाचं काही करावं असं त्यांच्या मनात कधी येतं का? मनातली भावनेची पोकळी बाह्य आकर्षणांनी भरून काढण्याची त्यांची धडपड मला निरर्थक वाटते. ही एक प्रकारची नवी अफूच आहे. अफू ही औषध म्हणूनच वापरायची असते. रुग्णाला वेदना अतिशय असह्य होतात तेव्हाच त्याला मार्फियाचं इंजेक्शन दिलं जातं, पण अफू हे काही माणसाचं अन्न होऊ शकत नाही!

□

साप आणि मुंगूस

आज चिंतोपंतांचं काही तरी बिनसलं असावं. नाही तर स्वारी आल्यापासून अशी घुमी बसली नसती. त्यांचा स्वभावच असा आहे की मौनव्रताची सजा ही फाशीच्या शिक्षेहूनही त्यांना भयंकर वाटावी. त्यांच्या तोंडाचा पट्टा घरी-दारी, देवळात, बाजारात सर्वत्र सुरू असतो. पण चहा घेऊन झाला तरी त्यांनी चकार शब्दसुद्धा उच्चारला नाही. हे पाहून मी चकित झालो. अचानक वीज जावी आणि रेडिओ एकदम गप्प व्हावा तसं काही तरी त्यांच्याकडं पाहता पाहता माझ्या मनात आलं.

आज असं काय अघटित घडलं असावं याचा मी विचार करू लागलो. मी प्रश्न केला, ''काय पंत, तोंडाला घालायचं कुलूप आज बाजारात मिळालं वाटतं तुम्हाला!''

चिंतोपंत टेबलावरलं दैनिक घेऊन ते वाचण्याचं नाटक करीत होते. त्यांनी वर पाहिले आणि शांतपणे ते उद्गारले, ''मी विचार करतोय्‌!''

चिंतोपंतांचा खोल विचार करण्याच्या सवयीशी बेताबाताचाच संबंध होता. त्यामुळं या उत्तराचं मला नवल वाटलं. मी प्रश्नार्थक दृष्टीनं त्यांच्याकडं पाहिलं. साऱ्या देशाचं भवितव्य ज्याच्यावर अवलंबून आहे अशा सेनापतीसारखी गंभीर मुद्रा धारण करून ते म्हणाले, ''शत्रूशी लढायचं कसं! याचा विचार करतोय्‌ मी.''

मी अधिकच बुचकळ्यात पडलो. कुणी भाऊबंदानं कोकणातल्या वीतभर जमिनीच्या तुकड्यावर चिंतोपंतांविरुद्ध न्यायालयात दावा गुदरलाय् की काय हे मला कळेना! मी चटकन्‌ प्रश्न केला, ''शत्रूशी लढायचं

कसं? पण हा तुमचा शत्रू कोण हे आधी सांगा.''

कपाळावरील मूळची आठी अधिक खोल करीत चिंतोपंत उत्तरले, ''कोण म्हणजे? आमचे घरमालक!''

झाले! एखादा बांध कोसळून पडावा व पाण्याचा अडविलेला प्रवाह खळखळ वाहू लागावा तसं चिंतोपंतांचं वक्तव्य सुरू झालं. ते म्हणत होते, ''घरमालक झाला म्हणून काय झालं! तो काही ब्रह्मदेव नाही! भाडेकरूंना निराळं मीटर द्यायचं नाही नि रात्री दहा वाजता लाईट बंद करायचा! ही काय माणुसकी झाली! मला लवकर झोप येत नाही हे ठाऊकच आहे तुम्हाला. झोप येईपर्यंत काही तरी वाचत पडावं लागतं मला. आता मी वाचायचं काय या मालकाचं बोडकं! माझी सून शाळेत मास्तरीण आहे. वह्यांचे भलेमोठे गठ्ठे तपासावे लागतात तिला. तिचा सारा दिवस शाळेत आणि घरकामात जातो. तिनं त्या वह्या केव्हा तपासायच्या? घरातलं कुणी तरी रात्री सिनेमाला जातं. त्याला अंधारात ठेचकळत, धडपडत यावं लागतं, जिना चढावा लागतो. आता तुम्हीच सांगा, असल्या घरमालकाविरुद्ध आमच्यासारख्या गरीब भाडेकरूंनी काय करायचं? मोर्चा, घेराव, उपोषण की आणखी काही–''

याच वेळी माझ्याकडं परगावची काही मंडळी आली. आमच्या बोलण्यात चिंतोपंतांना रस नव्हता. ते माझा निरोप घेऊन निघून गेले.

पुढं चार-पाच दिवसांनी मंडईत जात असताना वाटेत रंगोपंत भेटले. स्वारी पुष्कळ दिवसात दिसली नव्हती. माझ्याकडं फिरकलीही नव्हती. म्हणून मी सहज विचारलं, ''काय रंगोपंत, कुठं मुंबई-बिंबईला गेला होता वाटतं. का एखाद्या यात्रेला, दत्त दिगंबर कंपनी वगैरे वगैरे.''

चिडक्या स्वरात रंगोपंत उद्‌गारले, ''यात्रेला कुठला जातोय्. माझीच अंत्ययात्रा घरात सुरू झालीय्.'' त्यांचा तारस्वर आणि तिरसटलेली मुद्रा पाहून मला आश्चर्य वाटले. मुलाशी आणि सुनेशी त्यांचं तसं सूत नाही हे ठाऊक होतं मला. पण–

रस्त्याच्या कडेला मला नेऊन रंगोपंत उद्‌गारले, ''कुठून झक मारली आणि स्वत: राहून भाड्यानं देण्याएवढं मोठं घर बांधलं असं मला होऊन गेलंय्. या गाढव भाडेकरूंना उद्या कुणी ताजमहाल राह्यला दिला तर त्याची घोडशाळा बनवतील हे लोक! तुम्हीच सांगा. अपरात्री दोन-तीनला पाणी येतं हा काय घरमालकाचा गुन्हा! पण आमचे सारे

भाडेकरू रात्री झोपताना नळ उघडे ठेवतात. पाणी आल्यावर ते धो धो वाहात राहतं. पाण्याच्या टंचाईच्या दिवसात एकेकदा मनात येतं, एक बक्षीस समारंभ करून प्रत्येक भाडेकरूला एकेक गजराचं घड्याळ दिलं तर काही सुधारणा होईल का? इकडं पाण्याचं बिल वाढलं तर त्यांच्या बापाचं काय जातंय्! पुन्हा पाण्याची गैरसोय म्हणून वर शंख करायला ही मंडळी तयार. तशीच या भाडेकरूंची पोरटी. मुलं म्हणजे फुलं असल्या गप्पा तुमच्यासारख्यांनी माराव्यात. पण ते सारं थोतांड आहे. ही पोरं म्हणजे शुद्ध भुतं आहेत भुतं. देवाच्या पुजेला चार फुलं मिळावीत म्हणून छोटीशी बाग केली मी. पण ही कार्टी बागेतलं एक फूल शिल्लक ठेवतील तर शपथ!''

रंगोपंत बोलण्याच्या ऐन रंगात आले होते. त्यांचा आवाज चढला होता. रस्त्यानं जाणारी-येणारी मंडळी क्षणभर आमच्याकडं साशंकतेनं पाहात होती. मी रंगोपंतांचा देणेकरी आहे नी आज अचानक त्यांच्या तावडीत सापडल्यानं ते माझी चांगली उलटी-सुलटी करीत आहेत, असा त्या मंडळींचा समज होत होता की काय कुणाला ठाऊक! दहाच्या बसनं पाहुणे येणार आहेत. तेव्हा भाजी घेऊन मला लवकर परतलं पाहिजे, अशी लोणकढी ठेवून देऊन मी त्यांच्या तावडीतून आपली सुटका करून घेतली.

घरी जाता जाता चार दिवसांपूर्वीच चिंतोपंतांचं बोलणं आठवलं. ते भाडेकरू. त्यांच्या दृष्टीने सारे घरमालक हरामखोर. रंगोपंत घरमालक. त्यांच्या दृष्टीनं सारे भाडेकरू बेवकूफ, बेजबाबदार. उठल्यासुठल्या नासधूस करणारे! जणू घराला लागलेल्या घुशीच!

माझ्या मनात आलं, शेवटी मनुष्य जगाकडं पाहतो तो खास स्वतःच्या दृष्टिकोनातून. तो दृष्टिकोन बहुधा स्वार्थानं लडबडलेला असतो. स्वतःला जे सोईस्कर आणि फायदेशीर असेल त्याच्याविषयी माणसाचं चटकन् अनुकूल मत होतं. मात्र स्वतःला जे गैरसोयीचं असेल, ज्यात आपला काही फायदा नसेल त्याला तो विरोध करू लागतो. सर्वसामान्य मनुष्याला शास्त्र काय म्हणतं किंवा तत्त्व काय सांगतं, परिस्थिती कशी आहे वगैरे गोष्टींची पर्वा नसते. त्यांचा स्वार्थ हेच त्याचे वेदग्रंथ. या जगात सत्य सहसा, सहजासहजी त्याला भेटत नाही. त्याचा शोध घ्यावा लागतो, अगस्ति किंवा कोलंबस यांच्या

जिद्दीनं! पण या जिद्दीची सामान्य मनुष्याकडून अपेक्षा करणं चुकीचं नाही काय? याज्ञवल्क्याने 'आत्मनस्तुकामाय सर्वंप्रियं भवति' असं जे म्हटलं आहे तेच खरं! दुसऱ्यावर आपण जे प्रेम करतो ते स्वत:वर असलेल्या आंधळ्या प्रेमाचंच प्रतिबिंब असतं!

भाडेकरू आणि घरमालक यांचे संबंध काय, कामगार आणि कारखानदार यांचे हितसंबंध काय? हे झाले व्यावहारिक संबंध. अशा संबंधात थोडी तणातणी असायचीच. पण जिथं रक्तामांसाचे संबंध असतात, जिव्हाळा किंवा ओलावा जाणवावा अशी नाती असतात, तिथंसुद्धा मनुष्य केवळ आपल्या वैयक्तिक संकुचित दृष्टीनं पाहात असतो. सास्वा-सुनांचं, अहि-नकुलांचं नातं मोठमोठ्या लेखकांनी निरनिराळ्या रीतीनं वर्णन केलं आहे. आता आपल्याकडं काळ बदलला असं आपण म्हणतो. त्याचा अर्थ एवढाच की पूर्वी परकरी पोर लग्न होऊन घरात यायची त्यामुळे सासूचा वरचष्मा असायचा! त्या काळात सास्वांनी सुनांच्या केलेल्या अनन्वित छळाच्या दर्दभरी कहाण्या हा पापड-लोणच्यांच्या निमित्ताने एकत्र जमणाऱ्या महिला मंडळाच्या चर्चेचा आवडता विषय असे. आता मुलगी दुसऱ्या घरी सून म्हणून जाते तेव्हा विशी-पंचविशी सहज उलटलेली असते. पन्नाशी-साठीतल्या सासूला भीक घालण्याइतकी ती भित्रट किंवा बावळट राहिलेली नसते. साहजिकच त्या जुन्या करुण कहाण्यातील नायिका आणि प्रतिनायिका यांची आता अदलाबदल होऊ लागली आहे.

सास्वा-सुनांचं नातंसुद्धा थोडंसं व्यावहारिकचं. लग्नाच्या गाठीनं निर्माण केलेलं पण पिता-पुत्र, माय-लेक, भाऊ-बहीण ही नाती तर अशी नाहीत ना! पण तिथंसुद्धा आपल्याला सदैव लहान-मोठ्या संघर्षाचं साम्राज्य आढळतं. मुलगा मोठा झाला. बापाचा जोडा त्याच्या पायाला येऊ लागला म्हणजे दोघांनी बरोबरीच्या नात्यानं वागावं असं प्राचीन काळच्या सुभाषितकारांचं म्हणणं, 'प्राप्तेतु षोडशे वर्षे पुत्रो मित्रवदाचरेत्' हे वचन पुष्कळ आधुनिक पित्यांना पाठ असतं. पण मुलगा स्वच्छंदानं वागू लागला, आपल्या नोकरी-धंद्याच्या अथवा भावी पत्नीच्या बाबतीत आईबापांना मान्य न होणारे निर्णय त्याने घेतले तर जे खटके उडतात, त्यांची वर्णनं भिन्नभिन्न पिढ्यांतले कादंबरीकार करीत आलेच आहेत. टर्जिनेव्ह या श्रेष्ठ रशियन कादंबरीकाराची या

विषयावरली कादंबरी आणि तिचा नायक बॅझेरॉव्ह हे वाङ्मयातही अमर झाले आहेत.

असं का घडतं याचा आपण विचार करू लागलो तर एकाच निष्कर्षापाशी आपण येतो. माणसाला आपलं स्वामित्व सहसा सोडता येत नाही. त्याच्या आंधळ्या अहंकाराचं या कल्पनेनं समाधान होतं. या विश्वचक्राच्या विराट भिरभिरीत आपण कुणीतरी आहोत असं वाटण्याइतका आधार त्याला लागतो. 'स्व'च्या पलीकडे जाण्याची किंवा अहंता सोडण्याची शक्ती सामान्य मनुष्याच्या ठिकाणी नसल्यामुळं मनुष्य सदैव या ना त्या संघर्षात गुंतून पडतो. स्वामित्वाची भावना व मालकी हक्क या गोष्टी माणसाला किती आंधळ्या करतात– मग ते हक्क रंगोपंतासारख्या घरमालकाचे असोत किंवा दरमहा भाड्याचे पैसे मोजीत असल्यामुळे राहत्या जागेवर आपला हक्क निर्माण झाला आहे, असे मानणाऱ्या चिंतोपंतांचे असो– माणसाला माणसापासून कशा दूर नेतात, आंधळ्या करतात याची एक मजेदार कथा जिब्रानने लिहिली आहे–

दोन संन्यासी– दोघेही एकाच झोपडीत राहणारे. अंगावरल्या वस्त्राखेरीज त्यांच्या मालकीची अशी एकच वस्तू झोपडीत आहे– मातीचे भिक्षापात्र.

दोघेही दीर्घकाळ गुण्या गोविंदानं राहिलेले. पण एके दिवशी त्यातल्या एकाच्या अंगात कलीचा संचार होतो. अतिपरिचयामुळं माणसानी धारण केलेले मित्रत्वाचे मुखवटे निखळून पडतात हेच खरं!

दुसरा पहिल्यापासून दूर जायचं ठरवतो, तेव्हा पहिला त्याला म्हणतो, 'हे तू घेऊन जा.' दुसरा चवताळतो. आपल्यावर दया दाखवायला हा कोण आभाळातला परमेश्वर पृथ्वीवर उतरलाय असं त्याला वाटतं. तो तावातावाने उद्गारतो, 'ते काही नाही. या भिक्षा पात्रातलं अर्ध तुझं नि अर्ध माझं. ते फोडून आपण वाटून घेऊ.' पहिला ते नाकारतो तेव्हा पहिला ओरडतो, 'अरे चोरा, असा पळून कुठे जातोस?' तुला अजून भांडायची खुमखुमी येत नाही.

ईश्वर-चिंतनात आयुष्य घालवायला निघालेल्या संन्याशाची ही कथा! मग चिंतोपंतांनी आणि रंगोपंतांनी भरलेल्या या जगात कोण कुणाची समजूत घालणार? अंतर्मुख होऊन आत्मपरीक्षण कोण करणार? प्रत्येकाच्या हातून नेहमी चूक होण्याचा संभव असतो. जगात समाधानानं

जगण्याचा एकच मार्ग म्हणजे दुसऱ्याचे दोष सहानुभूतीने जाणून घेऊन त्याच्याशी जुळवून घेणे आणि आपलं काही चुकत असेल तर ते मनमोकळेपणाने कबूल करणे हा!

पण हे सारं ब्रह्मज्ञान या लोकांना कोण सांगणार? आणि कुणी सांगायला निघालात तर, तर ते कोण ऐकणार? जगात सर्वत्र शांती नांदावी यासाठी अलीकडल्या काळात महात्मा गांधींपासून बर्ट्रांड रसेलपर्यंत अनेक थोर पुरुषांनी आपलं मोठेपण पणाला लावलं. आजही त्यांच्या पावलावर पाऊल टाकणारी सत्प्रवृत्त बुद्धिवान माणसं जगात आहेत. या मोठ्यांच्या सदिच्छेचे प्रतिध्वनी ज्यांच्या अंत:करणात अस्पष्टपणे उमटतात अशी छोटी माणसंही पुष्कळ असतील. या सर्वांना मी एवढीच विनंती करीन, 'वाघ आणि शेळी एका थाळीतून दूध पितात किंवा साप आणि मुंगूस सलोख्याने एकत्र राहतात.' अशा ऋषींच्या आश्रमातल्या कथा आपण सर्वांनीच वाचल्या आहेत, पण वास्तवातलं दु:खं कमी करण्याच्याकामी असल्या आदर्शवादी कथा फारशा उपयोगी पडत नाहीत. तेव्हा चिंतोपंतांचं त्यांच्या घरमालकाशी आणि रंगोपंतांचं त्यांच्या भाडेकरूंशी प्रथम सख्य करून द्या व मग जगाच्या सुखशांतीचा विचार करा.

□

म्हातारा इतुका न!

साठ-सत्तर वर्षांपूर्वी 'शारदा' नाटक रंगभूमीवर अत्यंत लोकप्रिय होतं. या नाटकाच्या रंगतीला कारणीभूत असलेल्या गोष्टीत देवलांच्या प्रसन्न आणि रसपूर्ण पदांचा मोठा भाग होता. अगदी दुय्यम पात्रसुद्धा एखाद्या पदानं असा भाव खाऊन जाई की, तेवढं पद ऐकून आपले पैसे वसूल झाले असं प्रेक्षकांना वाटे. शारदेची मैत्रिण वल्लरी हिचं 'म्हातारा इतुका न' हे असंच एक अनेक वन्समोअर घेणारं पद होतं.

एक लोभी भिक्षुक उलट्या काळजाच्या शास्त्र्यांमार्फत आपली तेराचौदा वर्षांची मुलगी साठी-सत्तरीतल्या श्रीमंत थेरड्याच्या गळ्यात बांधायला तयार होतो. हे 'शारदा'चं मुख्य सूत्र. आपलं लग्न एका बिजवराशी होणार हे आईबापांच्या बोलण्यावरून शारदेच्या लक्षात येतं. पण तो बिजवर तीस-बत्तीस वर्षांचा आहे, अशी शारदेची व तिच्या आईची कांचनभटानं समजूत करून दिलेली असते. तो तिशी-पस्तिशीतला नसून साठी सत्तरीतला आहे हे भयानक रहस्य शारदेला प्रथम कळतं ते हळदीकुंकवाच्या प्रवेशात. वल्लरी, जान्हवी वगैरे तिच्या मैत्रिणी पोरवयाला अनुसरून श्रीमंत पण म्हाताऱ्या नवऱ्यावरून तिची थट्टा करू लागतात तेव्हा! त्या ओघातच वल्लरीचं आबालवृद्धांना आवडणारं 'म्हातारा इतुका न! अवघे पाऊणशे वयमान' हे पद येई. वल्लरीचं काम करणारा मुलगा बहुधा गोड आवाजाचा आणि अभिनयकुशल असे. त्यामुळं हे पद नाट्यगृहात सुरू झालं की, हंशा-टाळ्यांनी सारं थिएटर दुमदुमून जाई.

वल्लरी मिस्किलपणानं शारदेच्या भावी वृद्ध पतीचं वर्णन करते ते

त्या काळी यथार्थ होतं. ती म्हणते, 'दंताजींचे ठाणे उठले, फुटले दोन्ही कान!' आणि पदाचा शेवट करताना ती उद्‌गारते 'काठी वांचुनि नेट न पाया परि मोठे अवसान! उसनी घेऊनि ऐट चालता काय दिसे ते ध्यान!'

आजच्यासारखी विज्ञानाची प्रगती त्या काळी झाली नव्हती. साहजिकच चाळिशी-पन्नाशीतच माणसं थोडी फार म्हातारी दिसू लागत. प्लेग, पटकी, विषमज्वर इत्यादि रोग असाध्य नसले तरी दु:साध्य होते. त्यामुळे पन्नाशी-साठी ओलांडणारी मंडळीही त्या काळी फार थोडी असायची! आज एक दात पडला, उद्या दुसरा पसार झाला आणि हाहा म्हणता तोंडाचं बोळकं झालं हे दृश्य नेहमी दिसे. मूठभर श्रीमंत माणसं आपलं म्हातारपण लपविण्याकरता डोक्याला कलप लावीत असतं. शारदेतला म्हातारा भुजंगनाथ शक्तिवर्धक औषध म्हणून कुष्मांडपाक (प्राकृतात कोहळे पाक) खातो तशी बलवर्धक औषधंही म्हातारे संस्थानिक घेत असावेत. पण सर्वसामान्य माणसांना हे दुर्लभ होतं. अर्थात पन्नाशी-साठीतच त्यांना टक्कल पडे. दृष्टी क्षीण होई, काठीच्या आधाराने त्यांना चालावे लागे. शारदेतला कोदंड भुजंगनाथाला जो उपदेश करतो त्यात असा सल्ला आहे : 'पन्नाशीची झुळुक लागली बाइल दुसरी करू नको.'

साहजिकच ज्याच्या अर्ध्या गोवऱ्या स्मशानात गेल्या आहेत अशा बोहल्यावर चढू इच्छिणाऱ्या म्हाताऱ्याची वल्लरीच्या तोंडून देवलांनी जी रेवडी उडवली आहे, ती प्रेक्षकांना फार आवडे.

पण आज विज्ञानानं हे सारं चित्रच बदलून टाकलं आहे. सामान्य माणसाचं आयुर्मानसुद्धा झपाट्यानं वाढत आहे. कुणाचे दात पडोत, डोळे अधू होवोत, कानांना कमी ऐकू येवो या सर्व वैगुण्यांवर विज्ञान मात करू लागलं आहे. कमी ऐकू येत असलं तर कर्णयंत्र सेवेला तत्पर राहतं. दातांच्या सुंदर कवळ्या बसवता येतात. इतकंच नव्हे तर पुढं आलेले दात मागे घेता येतात. पुरोगामी दातांना लगाम घालता येतो. उपटलेले दात पुन्हा बसविण्याची युक्ती परवाच एका भारतीय भिषग्वर्याने शोधून काढलीय म्हणे. डोळ्यांना चाळीशी असली म्हणजे माणसानं चाळीशी ओलांडली हे मानण्याचा काळ केव्हाच मागं पडला आहे! आता लहान पोरांचंसुद्धा चष्म्यावाचून चालत नाही. चष्म्यानं चेहरा

उगीच प्रौढ, निबर दिसतो, असं वाटलं तर डोळ्यांच्या आत भिंग बसविण्याची (कॉंटॅक्ट लेन्स) सोय झाली आहे. चेहऱ्यावरल्या सुरकुत्या नाना प्रकारच्या कल्प, चूर्णांनी अदृश्य करता येतात. रंगरंगोटी केल्यावाचून केवळ बायकांनीच नव्हे तर पुरुषांनीसुद्धा घराबाहेर पडू नये, असा संकेत रूढ होण्याची चिन्हं सर्वत्र आढळत आहेत.

सर्वांत महत्त्वाची गोष्ट म्हणजे तब्येतीची दुरुस्ती, ती ठणठणीत राहावी म्हणून नाना प्रकारच्या गोळ्या आणि औषधं वृद्धांच्या सेवेला एका पायावर तयार आहेत. एका ग्रीक कोट्याधीशाशी पुनर्विवाह करणारी जॅकेलिन केनेडी आपलं सौंदर्य आणि तारुण्य टिकविण्याकरता दिवसाकाठी बत्तीस गोळ्या खाते अशी माहिती चविष्टपणानं वृत्तपत्रं चघळू लागली आहेत. रणांगणावरल्या अतिशय शूर योद्ध्याप्रमाणं इतक्या गोळ्या खाण्याचं भाग्य जरी सामान्य माणसांच्या वाट्याला आलेलं नसलं तरी वृद्धत्वाला चार पावलं दूर ठेवणारी नाना प्रकारची साधनं आणि प्रसाधनं आता उपलब्ध झाली आहेत. त्यामुळं आज 'शारदा' नाटकाचा 'म्हातारा इतुका न अवघे पाऊणशे वयमान' या पदाला पूर्वीसारख्या कडाडून टाळ्या पडतील की नाही, याविषयी मी फार साशंक आहे.

विज्ञान आणखी कोणकोणते बदल घडवून आणणार आहे याचं भविष्य आज वर्तवणं कठीण आहे. अत्यंत अशक्त झालेल्या हृदयाच्या जागी नुकत्याच मृत झालेल्या माणसाच्या सशक्त हृदयाचं कलम करण्याचं कौशल्य विज्ञानानं दाखवलं आहे. कुणी सांगावं उद्या उलट्या काळजाच्या माणसाचं काळीज सुलटं करण्याची किमयाही त्याला सापडेल. अयोध्येच्या राजपुत्राने आकाशातल्या चांदोबाचा हट्ट धरला. तेव्हा आरशात चंद्राचं प्रतिबिंब दाखवून कौसल्येला त्याचं समाधान करावं लागलं. पण एकविसाव्या शतकात चांदोबाचा हट्ट धरणाऱ्या आपल्या लाडक्या लेकराला एखादा अमेरिकन अब्जाधीश म्हणेल, "अरे वेड्या, भोकांड कशाला पसरतोस, चल मी तुला चंद्रावर नेऊन आणतो."

म्हाताऱ्यांना तरुण दिसण्याचे आणि पूर्वीपेक्षा तरुण राहण्याचं हे जे वरदान विज्ञानानं दिलं आहे, त्याबद्दल जगातले सारेच वृद्ध त्याची स्तोत्रं गात असतील पण कोणतीही उग्र देवता आणि कोपिष्ट ऋषी जसे

वर देऊ शकतात तसे त्यांना शापही देता येतात. वृद्धांच्या बाबतीत असाच एखादा नवा शाप आज ना उद्या निर्माण होण्याचा संभव आहे.

विज्ञानानं जसं आयुर्मान वाढवलं त्याप्रमाणं लोकसंख्येच्या वाढीला सहस्र हातांनी हातभार लावला. जगातले संख्याशास्त्रवेत्ते आणि समाजहितचिंतक आजच झपाट्यानं वाढणाऱ्या या लोकसंख्येच्या बागुलबोवाचं उद्या केवढ्या मोठ्या हिंस्र राक्षसात रूपांतर होईल याचं वर्णन करू लागले आहेत. लोकसंख्येला आळा घालू शकणाऱ्या कुटुंबनियोजनाचा आजकाल पुष्कळ गवगवा केला जातो, पण भरपूर लोकसंख्या असलेल्या आफ्रिका आणि आशिया यासारख्या खंडात त्यांचा दृश्य परिणाम अजून फारसा दिसत नाही. त्यामुळे लोकसंख्या सध्याच्याच गतीनं वाढत राहिली ती आज पंचावन्न कोटींच्या अन्नाच्या काळजीत असलेला भारत विसावं शकत संपतं न संपतं तोच शंभर कोटी लोकांच्या तोंडात अन्न कोठून घालायचे या विवंचनेत पडेल. धोक्याच्या लाल कंदिलावर भारतातला लाल त्रिकोण मात करू शकेल, अशी लक्षणं अजून तरी दिसत नाही. तज्ज्ञांचं लोकसंख्येचं भाकित खरं ठरलं तर उद्या माणसानं माणसाला खायची वेळ येईल. असं म्हणायला हरकत नाही.

अशी आपत्ती आली तर देशांनी काय करावं? एकच मार्ग दिसतो. जन्माला येणाऱ्या मुलांची संख्या जर मोठ्या प्रमाणात कमी होत नसेल तर, दिवसेंदिवस अधिक वर्षे जगू लागलेल्या वृद्धांनी आपल्या जागा नव्या मंडळींना स्वेच्छेनं मोकळ्या करून दिल्या पाहिजेत. म्हणजे सत्तरी-पंचाहत्तरी पुढली माणसं त्यांच्यापैकी बहुतेकांचं कर्तृत्व संपुष्टात आलेलं असतं म्हणून का होईना निकालात काढली पाहिजेत. अर्थात त्यांना जीवनमुक्ती देण्याची अत्यंत सुखकारक पद्धत विज्ञान शोधून काढीलच! विजेची खुर्ची किंवा काही विशिष्ट इंजेक्शने यांच्याही पुढे येत्या तीस वर्षात मानवी बुद्धी निश्चित जाईल आणि हसत खेळत या जगाचा निरोप कसा घ्यावा हे त्यांना शिकवील.

पण खरोखरीच अशा प्रकारची सक्ती एखाद्या देशातल्या शासनाला करावी लागली तर देशासाठी, समाजासाठी किंवा आपलं जगातलं कार्य संपलं आहे, या भावनेने म्हातारी मंडळी या आत्मसमर्पणाला तयार होतील का? युद्धात लढतालढता धारातीर्थी पडलेल्या नरवीरांना जशी

सन्मानचक्रे दिली जातात, तशी आम्ही तुमच्या वारसांना ती देऊ असं सांगितलं तर त्यांचं समाधान होईल का? मला वाटतं बहुधा एकही वृद्ध त्यावेळी देशभक्त राहू इच्छिणार नाही. मग शासनाच्या देहांताच्या या सक्तीला कडाडून निषेध करणारा वृद्ध संघ तयार होईल. मोर्चा, घेराव, उपोषण, जाळपोळ वगैरे सर्व साधनांचा हा संघ आश्रय करील. त्या वेळच्या शासनाच्या कार्यालयाला हा संघ वेढा घालील आणि सारे म्हातारे एकच गाणे म्हणत राहतील– 'म्हातारा इतुका न, अवघे पाऊणशे वयमान' ही मंडळी पुढे तावातावाने बोलू लागतीत– ''अहो, पूज्य शासनकर्ते आम्ही नुकतीच कुठे पाऊणशी ओलांडली. पाऊणशी म्हणजे तिसरी पंचवीशी. गांधीजी म्हणाले होते, 'माणसाचा सव्वाशे वर्ष जगण्याचा हक्क आहे.' आमच्याकडं बघून नव्हे तर त्या थोर महात्म्याच्या पवित्र वाणीचा आदर करण्याकरिता सव्वाशे वर्षे राहू देत; निदान शंभर वर्ष तरी आम्हाला जगू द्या!''

एवढं गद्य झाल्यानंतर 'म्हातारा इतुका न! अवघे पाऊणशे वयमान' हे आपलं संघगीत आळवायला पुन्हा सुरुवात करतील. कुणी सांगावं मीही कदाचित त्या घोळक्यात असेन!

□

दोन मापं – तीन शब्द!

मी मंडईच्या तोंडाशी आलो. चिंतोपंत समोरून तरातरा येत होते. ते माझ्या अंगावरून चार पावलं तसेच पुढं गेले. प्रेमाप्रमाणं रागही मनुष्याला आंधळा करतो! चिंतोपंतांचा चिडखोर स्वभाव, ते, मी व रंगोपंत हायस्कुलात मित्र होतो, तेव्हापासून माझ्या परिचयाचे होते. पुढं आमच्या तिघांच्या वाटा तीन दिशांनी गेल्या. पण शेवटी पेन्शनीत जाऊन सत्तरी उलटल्यावर ते, मी व रंगोपंत योगायोगानं एकाच गावात राह्यला आलो. बालपणातल्या मैत्रीचा तुटलेला धागा पुन्हा आम्ही जोडून घेतला. त्यामुळे त्यांना हाक मारल्याशिवाय मला राहवेना. मी चटकन वळलो आणि मोठ्याने ओरडलो, 'चिंतोपंत– अहो चिंतोपंत.'

माझी हाक एकताच ते थांबले. त्यांनी वळून पाहिलं, मात्र ते तसूभरही पुढं आले नाहीत. स्वारीच्या मनात कसलं तरी वादळ सुरू झालं असावं, हे मी ताडलं. महंमद पर्वताकडं येत नाही असं पाहून पर्वतानंच महंमदाकडं जायचं ठरवलं. मी त्यांच्याकडे जाऊ लागतो. त्यांचा संताप मनात मावत नव्हता. ते स्तब्ध उभे होते. मात्र ते दोन्ही हातातल्या दोन पिशव्या सारख्या खालीवर करत होते. या पिशव्या रिकाम्या आहेत हे माझ्या लक्षात आलं. मला नवल वाटलं. चिंतोपंतांच्या घरी नाही म्हटलं तरी आठ-दहा माणसं, नि हा गृहस्थ मंडईतून हात हलवीत तसाच परत चाललाय? त्याला आवडणारी एकही भाजी बाजारात आली नाही असं म्हणावं तर पसंती-नापसंती हे शब्द कारकुनीतून निवृत्त झालेल्या माणसाच्या कोशात कधीच नसतात!

जवळ येऊन मी काही तरी थट्टामस्करी करणार तोच चिंतोपंत

गरजले, 'आज तुम्हाला सोडणार नाही मी. चहाला या म्हणून दहादा दाताच्या कण्या केल्या, पण एकदाही आला नाहीत तुम्ही. तेव्हा आधी आमच्याकडला चहा घ्या नि मग सारी मंडई लुटायची असली तर लुटा.'

त्यांच्या आग्रहापुढं मान तुकवणं प्राप्त होतं. मी मुकाट्यानं त्यांच्या बरोबर चालू लागलो.

दारात पाऊल ठेवताच चिंतोपंतांनी सूनबाईला हाक मारली. चहाची ऑर्डर दिली. त्या मागोमाग रिकाम्या पिशव्या फेकीत त्यांचा फतवा निघाला– 'आजपासून भाजी बंद. साऱ्या लोकांनी भाजी खायचं बंद केल्याशिवाय हे भाजीवाले वठणीवर यायचे नाहीत. फार माजलेत लेकाचे.'

बैठकीवर बसताच चिंतोपंत गुरगुरू लागले. 'आज सत्याग्रह केला मी. कोथिंबीरीची काडीसुद्धा विकत घेतली नाही. भाऊराव, भाजी विकायला येणाऱ्या या खेडूत बायासुद्धा काय मस्तवाल झाल्यात हो! तीस पैशांच्या खाली पोकळ्यांची पेंडी नाही म्हणे नि पेंडी केवढी? म्हाताऱ्याच्या शेंडीएवढी. अहो लहानपणी एक पैशाला भरगच्च पेंडी घेतलीय मी. आता ही माणसं त्या एका पेंडीच्या सात करून सोन्याच्या भावानं भाजी विकतायत्. तब्बल तीस पैशांना पोकळ्याची करगंळीएवढी पेंडी विकायची, हा काय न्याय झाला?'

चहाचे घुटके घेता घेता मी चिंतोपंतांची समजूत घालू लागलो. 'साऱ्याच गोष्टी महाग झाल्याहेत पंत. तेव्हा भाजीही महाग होणारच' वगैरे वगैरे. पण काही केल्या त्यांना ते पटेना! मलाही घरी जायची घाई होती. मी व चिंतोपंत भेटलो होतो त्याच जागी नेमके रंगोपंत दोन हातात तीन लठ्ठ पिशव्या घेऊन डुलत डुलत येताना दिसले. उशीर होत असल्यामुळे त्यांना चुकवून पुढं जावं असा निसटता विचार माझ्या मनात येऊन गेला, पण खुषीत असलेल्या माणसाची नजर घारीसारखी असते. मी तोंड उघडण्याआधीच रंगोपंत मोठ्याने ओरडले, 'अलभ्य लाभ, अलभ्य लाभ. आज एवढ्या उशिरा का आलात?' अकारण खोटं बोलू नये म्हणून मी उत्तरलो, 'चिंतोपंतांनी चहा घ्यायला घरी ओढून नेलं.'

चिंतोपंतांचं नाव ऐकताच आभाळात मळभ यावं तशी रंगोपंतांची चर्या

झाली. ते उद्गारले, ''या चिंत्याचं आणि तुमचं रहस्य बरं टिकलंय बुवा. तुमच्यासारखा मी त्याचा शाळा सोबती. पण लेकाच्या गावीही नाही ते. अहो माझ्या छोट्या नातीची शिकवणी याच्या सूनबाईला दिली मी. म्हटलं बालमित्र आहे. गरीब आहे. हस्तेपरहस्ते काही मदत झाली तर करावी. शिकवणीचे वीस रुपये ठरले होते, पण आता ती जगदंबा तीस मागायला लागली आहे आणि शिकवते काय आपलं बोडकं? शिकवणी सारी एका तासाची. त्यातच तिचं तान्हं मूल रडायला लागतं. नवरा कुठल्या तरी मित्राला घेऊन घरी येतो. चहाची ऑर्डर सोडतो. मोलकरीण धुणी धुवून आणते. ही बाई ती वाळत घालता घालता गणितं समजावून सांगते म्हणे! चांगली वीस रुपये टिच्चून घेते, पण आता तीस मागतेय. शिकवण्याची परवड ही अशी. हा काय न्याय झाला?''

चिंतोपंतांचा प्रश्नच नेमका रंगोपंतांच्या तोंडून यावा याची मला मोठी मौज वाटली. नकळत माझ्या मुद्रेवर हसू उमटलं असावं. रंगोपंत घुश्शातच म्हणाले, ''हसता काय, तुमच्यासारख्यांना कळायचं नाही हे आमचं दु:खं. तुम्हाला काय प्रोफेसरकीचं पेन्शन मिळतं. मोजकी दोन मुलं. त्यांनाही फक्त दोन दोन मुलं. आमच्या घरची लोकसंख्या पाहिलीत तर–'' काही तरी थातुरमातूर बोलून मी रंगोपंतांना वाटेला लावलं. मात्र सारा दिवस चिंतोपंत आणि रंगोपंत यांनी विचारलेला प्रश्न माझ्या मनात घोळत राहिला– 'हा काय न्याय झाला?' लहान मुलानं भेंडाचं बूच पाण्यात बुडवावं पण त्याच्या हातातून ते सुटताच ते पुन्हा वर येऊन तरंगू लागावं तशी मला सतावणाऱ्या या प्रश्नाची स्थिती झाली होती. मी तो विसरण्याचा पुन:पुन्हा प्रयत्न करीत होतो, पण काही केल्या तो माझा पिच्छा सोडीत नव्हता.

मनात आलं, त्या भाजीवाल्याबाईची आणि चिंतोपंतांच्या सुनेची मुलाखत आपण घेतली तर आपली बाजू किती बरोबर आहे हे त्या दोघी मला समजावून सांगतील. भाजीवाली म्हणेल, 'लई म्हागाई झालीय दादा. भाजी सस्त इकली तर लेकरांच्या तोंडात काय घालू.' चिंतोपंतांची सूनबाई सुनावेल, 'मामंजींचं पेन्शन बेताचं. आमच्या यांची मिळकतही तशीच! म्हणून मी थोडी शिकले, नोकरी करायला लागले तरी या महिन्याची त्या महिन्याला गाठ पडत नाही. बाळाची औषधे, त्याचं दूध, त्याचे कपडे असल्या गोष्टींना काय कमी पैसे लागतात! नोकरी करून पुन्हा घरातली सारी कामं मीच करायची! पुरुषांना

काय ओसरीवर बसायचं. चकाट्या पिटायच्या नि चहाच्या ऑर्डरी सोडायच्या!'

त्या भाजीवाल्या बाईला चलनवाढ, देशातलं उत्पादन, मध्यमवर्गाची आर्थिक परिस्थिती वगैरे शब्दप्रयोग ऐकूनसुद्धा ठाऊक नसतील. पण एक गोष्ट उघड उघड सत्य होती– केवळ गिऱ्हाईकाला लुटावं म्हणून काही तिनं चिंतोपंतांच्या पेंडीचा दर तीस पैसे केला नव्हता. गरगर फिरणाऱ्या एका काटेरी आर्थिक चक्रात चिंतोपंतांइतकीच तीही सापडली होती, पण चिंतोपंतांना तिच्या परिस्थितीची जाणीव होत नव्हती. ते आपल्या पायाखाली काय जळतंय एवढंच बघत होते आणि रंगोपंत तरी दुसरं काय करत होते. स्वारी कस्टममधून निवृत्त झालेली! नोकरीत असताना बऱ्यावाईट मार्गांनी ते थोडे फार गबर झाले, असा प्रवाद मी अनेकांकडून ऐकला होता. कुळकायद्यामुळे हातून निसटणारी जमीन काही लटपटी करून कुटुंबाकडं त्यांनी राखली होती म्हणे! चिंतोपंतांइतकी काही त्यांची ओढग्रस्त स्थिती नसावी. पण नातीच्या शिकवणीसाठी तीस सोडाच पण पंचवीस रुपयेसुद्धा द्यायला ते नाखूष होते नि मला विचारत होते 'हा काय न्याय झाला?'

प्रत्येकाला स्वत:वर होणारा लहानसा अन्यायही तीव्रतेने जाणवतो. मग तो खरा असो, अर्ध सत्य असो वा काल्पनिक असो. अन्यायाच्या कल्पनेनं सुद्धा माणसं भडकून उठतात आणि डोक्यात राख घालून आगी लावत सुटतात. स्वत:वर झालेला खरा असो खोटा, लहान-मोठा अन्याय माणसाला जितका चटकन कळतो, तितकाच स्वत:कडून इतरांवर होणाऱ्या अन्यायाच्या बाबतीत तो बेफिकीर असतो. किंबहुना शेकडा नव्वद लोकांना आपल्या हातून कळत नकळत घडणाऱ्या कुठल्याही अन्यायाची बहुधा दादच नसते. कामाच्या रगड्यात कंटाळलेली आई खेळात गुंग झालेल्या मुलावर वसकन ओरडते. मुलगा तावातावाने उलट बोलू लागतो. शब्दाने शब्द वाढतो. मग प्रकरण हातघाईवर येते. घरातल्या शांतीला तडा जातो. दोन छोटे ज्वालामुखी घटकाभर धुमसत राहतात. मुलाचं लक्ष अभ्यासावर लागत नाही. आईच्या हातूनही काही तरी सांडतं, लवंडतं. जिथं पोटच्या गोळ्याला– आपल्या रक्तामासाच्या छोट्या प्रतिमेला कसं वागावायचं याविषयी माणूस विचार करू शकत नाही तिथं घराच्या चार भिंतीबाहेर भेटणाऱ्या शेकडो माणसांच्या सुखदु:खांची आणि भावभावनांची काळजी कोण करणार?

याचा अर्थ एकच होतो! माणसानं न्यायाच्या, नीतीच्या आणि

समतेच्या कितीही गप्पा मारल्या तरी बहुतेकजण जन्मजात प्रवृत्तीला अनुसरून वागत राहतात. या प्रवृत्तीपाशी दोन मापं असतात. पहिलं घ्यायचं नी दुसरं द्यायचं!

अशा वेळी अर्धशतकापूर्वी पाहिलेलं माणसाच्या या दुटप्पी प्रवृत्तीचं एक दृश्य अजून मला आठवतं. आश्विन कार्तिकात भागेल्यानं खंड आणला म्हणजे धनी तो कुड्यानं मोजून घेत असत. तो कुडव काठोकाठ भरावा म्हणून दोन्ही बाजूंना हात धरून उंच होणाऱ्या राशीवर शेवटी धान्याचा एकेक दाणा ठेवला जाई. इजिप्तमधल्या पिरॅमिडसारखा तो कुडव दिसू लागला म्हणजे त्या धन्याचं समाधान व्हायचं. मात्र आषाढ-श्रावणात याच भागेल्याच्या घरी पेजेची भ्रांत पडली आणि तो भात मागायला आला की ते त्याला सवाई-दिडीच्या बोलीनं दिली जाई, पण कसं तर भाताच्या तट्टयात कुडव खुपसून तो सहज भरेल एवढंच!

चिंतोपंत, रंगोपंत काय वा त्यांच्याप्रमाणे वागणाऱ्या लाखो माणसांना हसण्यात काय हशील आहे. मी स्वतःला न्यायप्रिय म्हणवून घेत असलो तरी खरोखर तसा आहे का? अगदी साध्या साध्या गोष्टीत अनेकदा माझं पितळ उघडं पडतं— जिथं देण्याघेण्याचा संबंध नाही, पैशांचा प्रश्न नाही अशा गोष्टीतसुद्धा. क्रिकेटचे कसोटी सामने ही त्यातलीच एक गोष्ट. भारताविरुद्ध इंग्लंड, ऑस्ट्रेलिया, वेस्ट इंडिज यापैकी कुणाचाही सामना असो, क्रिकेटच्या गोडीमुळे मी तो आवर्जून ऐकतो. असे सामने पाहाताना किंवा ऐकताना केवळ आनंद लुटायचा असतो— फलंदाजाच्या, गोलंदाजाच्या किंवा क्षेत्ररक्षकाच्या क्रीडानैपुण्याचा! एक दोन चेंडू मारायला देऊन पुढच्या चेंडूने फलंदाजाला फसवीत त्याची दांडी उडविणारा गोलंदाज, वेगवान गोलंदाजाच्या अंगावर येणाऱ्या चेंडूला भीक न घालता त्याला सीमापार करणारा फलंदाज किंवा स्लीपमध्ये अथवा दुसऱ्या मोक्याच्या जागी पायाच्या चपळाईनं जाणारा चेंडू पकडून त्या झेलानं सामन्याला कलाटणी देणारा क्षेत्ररक्षक यांचं कौशल्य पाहून स्वतःला विसरून जाणं हे माझ्यासारख्यांचं काम!

पण असे सामने ऐकताना शुद्ध कलास्वादाचं काम मी करीत राहतो का? या प्रश्नाचं खरं उत्तर नकारार्थीच येईल. माझं बाह्य मन खेळात रंगलेलं असतं. पण अंतर्मन अधूनमधून चुळबुळत राहतं. आपल्या खेळाडूचा

एखादा झेल उडाला म्हणजे तो प्रतिपक्षाच्या कुशल क्षेत्ररक्षकाच्या हातूनसुद्धा सुटावा, अशी इच्छा मनाला चाटून गेल्याशिवाय राहत नाही. प्रतिपक्षाचा एखादा उत्तम खेळाडू खेळपट्टीवर ठाण मांडून बसला म्हणजे या अंतर्मनातली पाल चुकचुकू लागते. काही तरी अघटित घडून तो बाद व्हावा अशी अंधुक इच्छा तिथं तरळून जाते. अंतर्मनातल्या या पुसट जाणिवा एकच गोष्ट दर्शवतात– जो पक्ष अधिक क्रीडानिपुण असेल त्याचे गळ्यात विजयश्रीनं माळ घालावी यापेक्षा आपल्या पक्षानं जिंकावं, दैव आपल्या पक्षाला अनुकूल व्हावं! ही सुप्त इच्छा माणसाच्या मनात नेहमी दडून बसलेली असते. आपला देश, आपला धर्म, आपली जात यांच्याविषयीचा किंबहुना आपलं म्हणून जे जे काही असेल त्याच्याविषयीचा आंधळा पक्षपात माणसाच्या हाडीमाशी इतका मुरलेला असतो की सत्याच्या डोळ्याला डोळा भिडवण्याचे त्राण किंवा भान त्याला सहसा राहत नाही.

चिंतोपंतांच्या सूनबाईंचीच गोष्ट घ्या. मी तिची मुलाखत घ्यायला गेलो असतो तर तिनं सध्याच्या महागाईपासून रंगोपंतांच्या चिक्कुपणापर्यंत अनेक गोष्टींवर मला एक झकास व्याख्यान ऐकवलं असतं. मात्र या मुलाखतीच्या शेवटी मी तिला जर एक साधा प्रश्न विचारला असता– 'बाई, महागाईनं सर्वांनाच हैराण केलंय हे खरं. ही महागाई तुमची धुणी-भांडी करणाऱ्या मोलकरणीलाही छळत असेल नाही का? मग आता एवढंच सांगा. त्या मोलकरणीचा पगार किती रुपयांनी वाढवलाय तुम्ही?' या प्रश्नाचं उत्तर तिनं फणकाऱ्यानंच तीन शब्दात दिलं असतं. 'हा व्यवहार आहे!' या तीन शब्दात माणसाच्या साऱ्या स्वार्थी वृत्तीचं त्रिभुवन साठलं आहे. या तीन शब्दांचा अर्थ त्या सूनबाईच्या दृष्टीनं एवढाच की मला जर मोलकरीण पूर्वीच्या पगारात मिळत आहे तर मी तो कशासाठी वाढवून द्यायचा?

वामन अवतारी ईश्वरानं तीन पावलांनी त्रिभुवन व्यापलं असं आपण मानतो. तसेच 'हा व्यवहार आहे!' या हरघडी उच्चारल्या जाणाऱ्या तीन शब्दांनी माणसामाणसातले सारे संबंध पादाक्रांत केले आहेत. या तीन शब्दातला व्यवहार हा शब्द एखाद्या पुराण कथेतल्या राक्षसाप्रमाणं क्षणाक्षणाला अक्राळविक्राळ रूप धारण करू शकतो. मग या एका शब्दात आहार, विहार, उपहार, अपहार वगैरे लटांबरांचा सुखाने समावेश होतो. माणूस या तीन शब्दांच्या दुष्ट चक्रात सापडतो आणि

त्या चक्राच्या दात्यांनी स्वत: विद्ध होत असताना ते चक्र वेगानं फिरवायला आपणहून मदत करतो. असा माणूस व्यक्तीलासुद्धा न्याय देऊ शकत नाही, मग सामाजिक न्यायाची प्रस्थापना त्याच्या हातून कशी होणार?

न्यायदेवता आंधळी आहे ही कल्पना ज्या प्रतिभावंताला प्रथम सुचली असेल त्याला ती केलेल्या माणसाच्या या सनातन प्रवृत्तींच्या चिंतनातूनच स्फुरली असेल काय?

□

देवांची दुःखं

'तो पाहा– तो पाहा' खूप गर्दी असलेल्या रस्त्यानं मी झपझप चाललो होतो. अंधार नुकताच पडला होता. दुकानादुकानातले प्रखर प्रकाशाचे दिवे व समोरून येणाऱ्या मोटारींचे दिवे यांचे किरण चष्म्याच्या काचावर पडून मधूनमधून माझी चाल मंदावत होती. इतक्यात आरडाओरडा ऐकू आला– 'तो पाहा– तो पाहा.'

आकाशात धूमकेतु उगवला की एखादा लोकप्रिय नट विमानातून उतरला हे मला कळेना. मी थबकलो, रस्त्याच्या कडेला उभा राहून पाहू लागलो. ५-५० माणसं 'तो पाहा– तो पाहा, धरा धरा त्याला. सोडू नका. पकडा.' असं ओरडत माझ्या अंगावरून निघून गेली. अंधार पडतो न पडतो तोच चौर्यकर्म करणारा हा बिलंदर ठकसेन राजपुत्राच्या कुळातलाच असला पाहिजे असं काही तरी माझ्या मनात आलं. जमाव आरडाओरडा करीत पुढे निघून गेला. हा काय प्रकार आहे हे कळावं म्हणून मी इकडे तिकडे पाहतो, तोच पलीकडं एक म्हातारेबुवा धापा टाकीत उभे असलेले दिसले. मी त्यांच्या जवळ जाऊन विचारलं, ''तुम्हीही चोर पकडायला पळत होता की काय?''

मारकट म्हशीप्रमाणे माझ्याकडं पाहून ते गृहस्थ उत्तरले, 'चोर? कुठला चोर? आम्ही सारे धावत होतो सत्यनारायणाला धरायला.'

मला या शब्दांचा अर्थच कळेना. वाटलं सत्यनारायण नावाचा कुणी हिंदी मनुष्य पोट भरण्यासाठी इथे आला असावा. काही नोकरी धंदा न मिळाल्यामुळे नाईलाजाने बिचाऱ्याने कुणाची काही वस्तु लांबवली असेल! मी प्रश्न केला, 'हा सत्यनारायण कोण?'

त्या गृहस्थाचा पारा अधिकच चढला. रागीट स्वरानं ते उद्गारले, 'तुम्ही काय विलायतेतून आज इथं टपकला? म्हणे सत्यनारायण कोण? अहो, ज्या सत्यनारायणाला आपण नेहमी नवस करतो तो. आज एका दुकानात त्याची पूजा सुरू होती. एकदम तांब्या हलला, वरचा नारळ खाली पडला. कुणी तरी म्हणाले, देव रागवलाय, निघून चाललाय. सारे लोक उठले. त्या पळून जाणाऱ्या देवाला पकडायला धावू लागले.'

म्हातारेबुवा तरातरा चालू लागले. मी चक्रावून गेलो. इतक्यात कुणी तरी माझ्या खांद्याला हळूच स्पर्श केला. मी वळून पाहतो तो कुणी नाही. मात्र शब्द ऐकू आले, "माझ्याबरोबर येतोस, चल. तुला गंमत पाहायला मिळेल." ही काय भुताटकी आहे हे मला कळेना! धीर करून विचारलं, "कुठं जायचं?"

"नदीच्या घाटावरल्या शंकराच्या देवळात."

रात्रीची वेळ. नदीचा घाट. एका बाजूला शंकराचं जीर्ण देऊळ. या वेळी चिटपाखरूसुद्धा असणार नाही तिथं. तेव्हा या निराकार आवाजाच्या मागून जावं की नाही, या विचारात मी पडलो. इतक्यात पुन्हा आवाज ऐकू आला, "मला ओळखलं नाहीस तू?" मी मानेनं नाही म्हणत उद्गारलो, "तुमचं रंगरूप, चेहरामोहरा, कपडेलत्ते यातलं काहीच मला दिसत नाही. आवाज ओळखीचा वाटतो, पण तो कुणाचा आहे, हे लक्षात येत नाही."

हास्याचा खळखळाट माझ्या कानावर पडला. मग पुन्हा तो आवाज ऐकू आला "मी कोण? अरे, मी सत्यनारायण. त्या दुकानातून पळालेला देव. ज्याला शोधायला ती गर्दी धावत होती तो!"

माझ्या कानावर माझा विश्वास बसेना. धीर एकवटून मी विचारलं, "तू– तू देवा तुम्ही दिसत कसे नाही? इतका वेळ तुम्ही माझ्याशी बोलताय्. पण मला हे सारं चेटूक वाटतंय्. काही तरी जादूटोणा–"

पुन्हा प्रचंड हास्य माझ्या कानी आले. मग तोच आवाज आला. "अरे, मी दिसणार कसा? बाकीच्या देवासारखा मी नाही. सत्य नेहमी नग्न असतं, कुरूप असतं, म्हणून त्याला निराकार स्थितीतच वावरावं लागतं. जे लोक माझी उठल्यासुठल्या पूजा करतात, त्यातल्या अनेकांना आपल्या पापावर पांघरूणं घालायची असतात, टोचणाऱ्या विवेकबुद्धीला

झोपेच्या गोळ्या द्यायच्या असतात. सृष्टीचे सारे नियम देवानं मोडावेत आणि आपल्यावर कृपेचा वर्षाव करावा असल्या दुबळ्या, मरतुकड्या इच्छेच्या पोटी लाखो लोक माझी पूजा करतात. सत्याचं खरंखुरं रूप पाहायचा त्यांनी प्रयत्न केला तर तडक पळत सुटतील. ते माझं खरं दु:ख हे आहे.''

न राहून मी विचारलं, ''म्हणजे? तुम्ही देवसुद्धा दु:खी आहात?''

हसत हसत तो आवाज म्हणाला, ''अरे दु:ख काय केवळ माणसांनाच असतात. देवांच्या पाठीमागं जन्मापासून लागली आहेत ती. कधी रामायण वाचलंयूस की नाही नि कृष्णाचं चरित्र– अरे बाबा या जगात सनातन अशी एकच गोष्ट आहे ती म्हणजे दु:ख! मी दुकानातून तांब्या लाथाडून पळालो तो रागावलो म्हणून नव्हे. तर आमच्या सभेची वेळ झाली म्हणून! त्या शंकराच्या देवळात आज देवांच्या कार्यकारी मंडळाची बैठक आहे!''

अरबी भाषेतल्या सुरस आणि चमत्कारिक गोष्टी पलीकडचं मला काही तरी ऐकू येत होतं. माझे पाय नकळत नदीच्या वाटेकडं वळले.

शंकराचं देऊळ जवळ येऊ लागलं. रस्त्यावर शुकशुकाट होता. अंधारात आंचवायला जाणाऱ्या लहान पोरासारखं मला भय वाटू लागलं. आपल्याला ऐकू आलेला आवाज हा भासच होता की काय असं मनात येऊन थबकलो. लगेच माझ्या कानावर आवाज आला, ''आता देवळात जायचं. आमच्या बैठकीत मला प्रगट व्हायला हवं. पण तुला माझ्याकडं वळून पाहता येणार नाही. फक्त माझं बोट धरून उभं राह्यचं आणि समोर दिसेल ते पाह्यचं. मी तुझ्या हातात देतो तेच बोट धर. सत्याची सुद्धा पाची बोटे सारखी नसतात.'' माझ्या हाताला काल्यासारखा थंड स्पर्श झाला. मी भीत भीत ते बोट धरले. या बोटाचा मालक कसा दिसतोय् हे ओझरतं तरी पाहावं अशी प्रबळ इच्छा मनात निर्माण झाली, पण धीर होईना.

आईचं बोट धरून मूल जसं बाजारातल्या गर्दीतून पुढं जातं, तसा मी सत्यदेवासह देवळाचे गाभाऱ्यात प्रवेश केला.

सभा म्हटली म्हणजे माझ्या डोळ्यांपुढं खुर्च्या, व्यासपीठ वगैरे गोष्टी उभ्या राहतात. पण समोर पाहिलं तो देखावा अगदी निराळा होता. भगवान शंकर, गजानन महाराज, सरस्वतीदेवी आणि श्रीविष्णू

हे आपापल्या वाहनांवर बसलेले दिसत होते. नंदी, उंदीर, मोर व गरूड यांचे ते संमेलन पाहून एरवी मला हसू आले असते. आजपर्यंत कुठल्याही सर्कशीत ही मंडळी एकत्र आली नसतील! नंदी, गरुड असली बडी मंडळी या लहानशा गाभाऱ्यात कशी आली, याचासुद्धा अचंबा वाटला. पण हे दृश्य मूर्तिमंत भूलोकी पाहण्याचं भाग्य लाभलेल्या माणसानं असला नास्तिक विचार मनात येऊ देणं गैर होतं.

एकटे मारुतीराय मात्र उभे होते; ते कधीच कुठल्याही वाहनावर बसले नसल्यामुळे त्यांना इथं उभं राहावं लागलं असावं. या पडक्या देवळात एखादी जुनी पालपट्टी मिळाली तर ती हनुमंतजींना बसायला द्यावी, असं मनात आलं, पण शोधायची कुठं म्हणून गप्प बसलो.

आम्ही गाभाऱ्यात शिरून चारदोन क्षण झाले नाहीत तोच भगवान शंकर ओरडले, अहो सत्यदेव, तुम्ही कार्यकारी मंडळाचे सेक्रेटरी आणि तुम्हीच उशिरा येताय होय. आम्हाला काही दुसरे उद्योग आहेत की नाहीत. ते जाऊ दे. आधीच उशीर झालाय. आजच्या सभेत अध्यक्षपदावरून मला एक महत्त्वाचा ठराव मांडायचाय्. वर्षानुवर्षे या मनुष्यजातीचा मूर्खपणा पाहून मी अगदी कंटाळून गेलोय्. परवा पाऊस पडला नाही तर या लोकांनी आमची पिंडी पाण्यात बुडवली. तेवढ्यानेही पाऊस पडेना म्हणून या लोकांनी एका गर्दभ राजाचे पाय धुवून त्याची भक्तिभावाने पूजा केली. याचा अर्थ काय? त्या ब्रह्मदेवानं आधी गाढवासारखे प्राणी निर्माण करायला नको होते. बरं त्यानं करू नये ते केले म्हणून भूतलावरल्या दोन पायांच्या गाढवांनी पाऊस पाडण्याचं काम कुणाचं? म्हणून विचारावं? माझं, इंद्राचं की, वरुणाचं? मी काय स्वर्गातल्या म्युनिसिपालिटीचा टँकर आहे होय! हा सारा मूर्खपणा पाहून आपला तिसरा डोळा उघडावा आणि हे सारं जग क्षणार्धात जाळून भस्म करावं, असं मला सारखं वाटू लागलं आहे. कार्यकारी मंडळाने माझा ठराव आताच्या आता मंजूर करावा.

भोलानाथ पुढं काहीतरी बोलणार तोच त्यांचे चिरंजीव मधेच म्हणाले, ''बाबा, तुम्ही वडील पिढीची मंडळी आपलीच गाऱ्हाणी नेहमी सांगत सुटता. तरुणपिढीची दुःखं समजतच नाही मुळी तुम्हाला. अहो, तुमच्यापेक्षा माझी अधिक विटंबना चालवलीय या मंडळींनी. शहरातले गणेशोत्सव बघा एकदा. गतवर्षी तर चक्क माझ्या मूर्तीपुढं यांनी

लावण्या म्हटल्या, कॅब्रे नृत्यसुद्धा केलं. माझ्या मूर्तीचे हाल तर काही विचारू नका. कुणी मला चहा प्यायला लावतो. कुणी मला पाईप ओढायला लावतो. अजून दारूची बाटली आणि पेला या शहाण्यांनी माझ्या मूर्तीपुढं ठेवला नाही हे नशीब.''

गजानन महाराज बुद्धिदाते. त्यांचा वाग्विलास पुढं चालणार होता, पण त्यांच्या धर्मपत्नींनी त्याला हटकलं. त्या थोड्या फणकाऱ्याने म्हणाल्या, ''तुम्ही पुरुष सदान्‌कदा आपल्या दुःखांची लांबड लावता. पण आम्हा बायकांची कधी चौकशी करता का? अहो, माझ्या हातून वीणा काढून घेतली या लोकांनी. वीणा फार जुनी झाली आता. बॅण्ड वाजवा असं मला हे लोक सांगताहेत. म्हणे आधुनिक सरस्वती मोरावर कशी बसेल, ती स्कुटरवरच बसणार? माझं भाग्य एवढंच की आता बॉबकट करा असा सल्ला अजून मला कुणी दिला नाही. या मेल्यांना चांगली अद्दल–''

मी टक लावून त्या देवदेवतांकडं पाहत होतो. जिवाचे कान करून त्यांचं सारं बोलणं ऐकत होतो. माझ्या मनात आलं सत्यनारायणजी म्हणाले तेच खरं, हे देवसुद्धा आम्हा माणसासारखे. दुःखं काही यांची पाठ सोडत नाहीत. इतक्यात मारुतीरायांची गर्जना ऐकू आली. ते म्हणत होते, 'सरस्वतीदेवी, आपण मला सीतामाईंसारख्या. म्हणून इतका वेळ मी गप्प होतो. माझं दुःखं तुम्हा सर्वांपेक्षा किती भयंकर आहे हे ऐकलंत तर– एका विद्वानानं मला शंभर बायका होत्या असा शोध लावलाय म्हणे! आता दुसरा पंडित उद्या उपटेल व मला हजार पोरं होती, असा जावई शोध लावेल. माझ्या ब्रह्मचर्याची ही बेअब्रू नाही का? सारखं मनात येतं मागं एकदा लंकेला जशी आग लावली–'

श्रीविष्णूंनी मंद स्वरात बोलायला सुरुवात केली. मारुतीराया एकदम थांबले. शेषशायी भगवान म्हणाले, ''जगाची लोकसंख्या भराभर वाढत आहे. या साऱ्या लोकांना सांभाळण्याची जबाबदारी तुम्ही सर्वांनी माझ्यावर टाकली आहे. ती पार पाडण्यासाठी लक्ष्मीला मी माझ्या सेवेतून मुक्त केलं. तिनं पृथ्वीतलावर सर्वत्र फिरावं आणि जिथं जिथं मनुष्याची बुद्धी, श्रम, सेवा इ. गुण उत्तमरीतीने प्रगट होत असतील तिथं तिथं आपल्या स्पर्शानं ऐश्वर्य निर्माण करावं, अशी योजना मी केली. पण आजकाल तिचेच धिंडवडे निघतायत्‌ या जगात. उजळ

माथ्याने फारशी फिरू शकत नाही ती. काळाबाजारवाले तिला कोंडून ठेवतात. हातभट्ट्या चालविणारे, चोरटं सोनं आणणारे, मटका, जुगार खेळणारे एक ना दोन हजार लोक तिचे केस धरून तिला फराफरा ओढतायत्. कौरवांच्या राजसभेत द्रौपदीचीसुद्धा इतकी विटंबना झाली नसेल!'' ढगांच्या गडगटासारख्या स्वरात भगवान शंकर उद्गारले, ''आता माझे तृतीय नेत्र उघडतो म्हणजे क्षणार्धात–''

जड झालेल्या पापण्या उघडल्या. नीट निरखून पाहू लागलो. माझा थोरला नातूच मला तिसऱ्या प्रहरच्या चहासाठी उठवत होता. माझी वामकुक्षी कशी लांबली हे कळेना. झोपेत पडलेल्या त्या विचित्र स्वप्नाचा अर्थ लागेना!

मी उठलो. चूळ भरून आळोखेपिळोखे देत टेबलाकडे आलो. टेबलावर पडलेल्या दोन पुस्तकांकडं व एका निमंत्रणपत्रिकेकडं माझी नजर गेली. पहिलं पुस्तक होतं अरबी भाषेतील गोष्टींचा एक भाग. जेवणापूर्वी त्यातल्या अल्लादिनाच्या दिव्याची गोष्ट माझ्या नातवाने मला वाचून दाखविली होती. लहानपणी फार आवडायची ती मला. असा एक दिवा मिळाला तर आपण काय करायचं याचा शेख महंमदाप्रमाणं मी अनेकदा विचार केला होता. मग गोष्ट संपल्यावर या नातवाची वाणी थोडी सुधारावी म्हणून संस्कृत सुभाषितांचा संग्रह मी उघडला होता. त्यातल्या ज्या श्लोकावर पहिल्यांदा माझी नजर गेली, तो वाचून मला हसू लोटलं होतं. हा श्लोक रचणारा कवि म्हणत होता– ''शंकर फार उंच अशा कैलास पर्वतावर का राहतो? विष्णूनं क्षीरसागराच्या तळाशी आपलं पांघरुण का पसरलं आहे आणि लक्ष्मी कमळातच का राहते? या साऱ्या गोष्टीचं गुपित तुम्हाला ठाऊक आहे का? अहो, ही देवमंडळी ढेकणांच्या त्रासाला कंटाळून लांब पळून गेली आहेत.'' म्हणजे प्राचीन काळीसुद्धा आपल्याकडं ढेकूण भरपूर होते आणि देवांची थट्टामस्करी करण्याचा प्रघातही होता म्हणायचा!

पलीकडं पडलेल्या निमंत्रण पत्रिकेकडं माझं लक्ष गेलं. ते होतं एका नवीन दारू विक्रीच्या दुकानाचं. आज संध्याकाळी सत्यनारायण होता तिथं! आणि पूजेला अगत्य येऊन तीर्थप्रसाद घेण्याविषयी विनंती केली होती त्या निमंत्रणात!

□

अच्छा! तो हम चलते...

मधे वर्ष-दीड वर्ष सर्वत्र एक गाणं कानावर पडत होतं. ते गाणं कुठल्या चित्रपटात आहे हे मला ठाऊक नाही. त्याला मी गाणं म्हणतो याचं कारण, लताबाईंसारख्या गायिकेनं त्यातला निम्मा भाग म्हटला होता हे होय! 'अच्छा! तो हम चलते' ही त्यातली एक ओळ अजून मला आठवते. क्षणभर मी मनातल्या मनात हसतो. संगीताच्या तांत्रिक भाषेत सांगायचं तर ते गाणं नव्हतं, दुगाणं होतं. (चित्रपटातल्या दुगाण्यांचं माणूस ज्या दुगाण्या झाडतो त्यांच्याशी काही नातं असावं काय? भाषा कोविदानं याबाबतीत संशोधन करावं!)

दुगाणं म्हणजे दोघांनी मिळून म्हटलेलं गाणं. अशी गाणी मराठी रंगभूमीच्या संगीतप्रधान कालखंडात अनेकदा कानी पडत असत. माझ्या लहानपणी त्यांना 'झगडे' म्हणत. पुढं द्वंद्वगीत हा लब्धप्रतिष्ठित संस्कृत शब्द त्या गावंढळ शब्दाऐवजी रूढ झाला. कोल्हटकर– खाडिलकरांसारख्या विद्वान नाटककारांच्या नाटकातसुद्धा ही द्वंद्वगीतं ऊर्फ झगडे आजच्या वाचकांना आढळून येतील. 'तुज मी शरण, अजि माफ मजला करा' या लक्ष्मीधराच्या ओळीने सुरू होणारे मानापमानातले पद असेच आहे. तो एक तिरंगी झगडा आहे.

मात्र त्या काळी हे झगडे मुख्यत: टाळ्या व वन्समोअर घेत, ते पाटणकर आणि राजापूरकर मंडळींच्या रंगभूमीवर. सामान्य माणसाच्या मनोरंजनाची दृष्टी पुढे ठेवून या दोन्ही कंपन्यांची नाटके लिहिली जात असतं. काव्य कशाशी खातात हे जेव्हा नीटसं कळत नव्हतं अशा वयात देखील ही गाणी माझ्या कानांना कशीच वाटत. 'काव्य, काव्य' म्हणतात ते हेच

असेल तर आपण महाकवी व्हायला काय हरकत आहे असा पुसट विचारही पांढऱ्यावर काळं करायला लागलेल्या माझ्या कुमार मनात येऊन जाई. राजापूरकर नाटक मंडळींच्या 'तुकाराम' नाटकातला एक लोकप्रिय झगडा तर मला संस्कृत व्याकरणातल्या कारिकेपेक्षाही बिनचूक पाठ येत होता. त्या झगड्याची पार्श्वभूमी अशी :

ढोंगी मंबाजीबुवा सुंदर रंभा नायकिणीला तुकारामाकडं पाठवतो तेव्हाचा प्रसंग! मंबाजी आपल्या प्रिय पात्राचं तोंड कुरवाळीत तिला संगीतात निरोप देत असतो– 'होई विजयी तू रंभे, अनंग रंग ढंगे' वगैरे वगैरे. रंभेच्या सुखस्पर्शाने गाता गाता त्यांची समाधी लागते. अशा स्थितीत मंबाजीचा मिस्किल शिष्य तुंबाजी निघून गेलेल्या रंभेच्या जागी येऊन उभा राहतो. गुरूमहाराज त्याला रंभा मानून त्याचं तोंड कुरवाळू लागतात. अचानक रंभेला दाढी, मिशा कशा फुटल्या याचा अचंबा वाटून त्यांची समाधी उतरते! डोळे खाडकन् उघडतात.

पाटणकरांच्या नाटकातल्या अशाच काही ओळी स्मरणात राहिल्या आहेत. त्यातला एक नमुना आजही पाहण्याजोगा आहे–

चंद्रिकेचे सारिकेचे कुशल आहे ना?
असेल तर होय म्हण
नसेल तर नाही म्हण
खरे असेल ते सांग!

या ओळी ऐकताना मला वाटे, 'शाळेची वेळ झाली आहे आई! लवकर वाढ ना ग मला!' हे किंवा असं जे काही सारा दिवसभर आपण बोलत असतो ते थोडंसं तालासुरावर म्हटलं तर त्याचं सुद्धा काव्य बनू शकेल!

सुदैवानं तुकाराम, रघुनाथ पंडित, मोरोपंत इत्यादी प्राचीन आणि टिळक, गोविंदाग्रज, बालकवी अशा आधुनिक कवींचा परिचय मी ही नाटके पाहात असताना मला झाला. त्यामुळं तालासुरावर म्हटलेल्या गद्याला पद्य म्हणण्याचा प्रघात असला तरी काव्याचा पुसट सुगंधसुद्धा त्याला नसतो अशी माझी लवकरच खात्री होऊन चुकली. पुढं केशवसुत, कीटस्, शेले, ब्रायरल, वर्डस्वर्थ यांचं काव्य वाचावयास मिळाल्यामुळं माझा चोखंदळपणा थोडासा जागा झाला. आज 'अच्छा! तो हम चलते' सारखी द्वंद्वगीते कानाला क्षणभर गोड वाटतात, पण पाझरत पाझरत मनात शिरणाऱ्या, कल्पनेच्या पंखावर बसवून तारा मंडळाकडे नेणाऱ्या किंवा भावनेच्या गंगाजळानं

पावित्र्याची प्रचिती आणून देणाऱ्या गीतांपासून ती शेकडो योजने दूर आहेत याची तीव्र जाणीव दुसऱ्या क्षणीच होते. असल्या गद्यप्राय पद्य रचना चित्रपट संगीतात बोकाळल्यामुळे काव्य आणि संगीत यांच्या संगमातून निर्माण होणारं काही तरी मोलाचं आपण हरवून बसलो आहोत असं वाटू लागतं. एखाद्या निबर, वयस्क पुरुषानं मिशा भादरून डोक्यावर केसांचा टोप चढवला आणि अंगाभोवती पाचवारी पातळ कसंबसं गुंडाळलं म्हणजे जे दृश्य दिसेल त्याच्यासारखी ही पद्यरचना वाटते.

भूगोलात वाळवंटाने सुपीक भूभागावर आक्रमण केल्याचे आपण वाचतो. एकेकाळी वृक्ष-वल्लरींनी नटलेल्या हिरव्यागार वनभागाचं माणसाला पडलेल्या टकलासारख्या वाळवंटात रूपांतर व्हावं, हा जसा एक भौतिक चमत्कार तसाच गद्यानं काव्यावर– तालसुरांच्या तोफा डागून त्याला सळो की पळो करून सोडावं हा कलेच्या जगातला आजचा चमत्कार!

मात्र गद्याचं काव्यावर होणारं हे आक्रमण विसाव्या शतकातच जन्माला आलं आहे असं नाही. प्राचीन काळीही व्याकरण, इतिहास, भूगोल वगैरे विषय स्मरणात राहावेत म्हणून पद्यबद्ध केले जात असतं. संस्कृतातलं 'भट्टी काव्य' या दृष्टीनं प्रसिद्धच आहे. भांडारकारांच्या दुसऱ्या संस्कृत पुस्तकात जेव्हा या काव्यभट्टीतून, तावून सुलाखून निघालेले 'धुनोति चम्पकवनानि धुन्नोत्यशोकम्' असे श्लोक मी पहिल्यांदा वाचले, तेव्हा मला मोठी गंमत वाटली. घोड्यावर स्वार होण्याऐवजी माणसावर घोड्यानं बसावं असा काव्यरचनेचा हा प्रकार मला भासला. कारण त्यावेळी मी काव्याची जी उत्तुंग शिखरं मानीत होतो ती होती– 'उघडि नयन रम्य उषा हसत हसत आली', 'मरण सोसावे! परि पहिले चुंबन घ्यावे', 'हिरवे, हिरवे गार गालिचे! हरिततृणांच्या मखमालीचे!', 'दुर्दैव नगाच्या शिखरी! नवविधवा दुःखी आई।। ते हृदय कसे आईचे। मी उगाच सांगत नाही।।' अशाप्रकारची.

विद्यार्थीदशेतच एकोणिसाव्या शतकातला एक प्रसिद्ध वाद– ज्यात मेकॉलेसाहेबसारखी बडीबडी धेंडेसुद्धा गुंतली होती– माझ्या वाचनात आला होता. विज्ञानाच्या भरतीबरोबर काव्याला ओहोटी लागणार काय? या प्रश्नाविषयी मोठ्या गंभीरपणानं त्या काळात चर्चा झाली. टेनिसन, ब्राऊनिंग– सारख्या कवींच्या काव्यातही या वादाचे पडसाद उमटले. विज्ञानामुळं निसर्गाच्या अनेक गुपितांवर प्रकाश पडला तरी

विज्ञान मूलत:च चमत्कारप्रिय असल्यामुळे, काव्याला ते मारक न होता तारक होईल अशी त्याची कैफियत त्यावेळी अनेक पंडितांनी मांडली होती. आज 'अच्छा! तो हम चलतें' च्या युगात ते पंडित असते तर त्यांना आपली मते पुन्हा तपासून पाहावी लागली असती!

विज्ञानानं काव्यावर प्रत्यक्ष असा कोणताच आघात केलेला नाही. उलट नवनव्या चमत्कृतिपूर्ण कल्पना, प्रतिमा, प्रतिकं यांची भव्य आरास मांडण्याचा मार्ग त्यानं कवींना मोकळा करून दिला. साहजिकच काव्याचं सौदर्य एका निराळ्याबाजूनं वाढलं, यात नावीन्य आलं. क्लोरोफॉर्म व इथर यांचे शोध लागले नसते तर एक उदास संध्याकाळ चित्रित करताना तिची तुलना भुलीच्या औषधामुळं टेबलावर निश्चेष्ट पडलेल्या व्यक्तीशी करण्याची कल्पना इलिएटला सुचली असती का?

हे सारं खरं असलं तरी क्षणाक्षणाला विज्ञान निसर्गावर नवे नवे विजय मिळवीत आहे. हरघडी नव्या नव्या यंत्रांच्या द्वारे निर्माण होणाऱ्या विविध वस्तू एका बाजूनं माणसाच्या शरीरसुखात भर घालीत आहेत. दुसऱ्या बाजूनं त्याला नखशिखांत यांत्रिक करून टाकत आहेत. प्रेमापासून युद्धापर्यंतचे मानवी जीवनातल्या सर्व गोष्टींवर ही यंत्रं अनिर्बंध स्वामित्व गाजवू लागली आहेत. प्रतिक्षणी वाढणाऱ्या जीवनातल्या या यांत्रिकतेमुळे १९३०-४० पूर्वीचं जग आणि त्या नंतरचं जग अशी आजच्या मानवी अनुभूतींची दोन शकलं झाली आहेत– जरासंधाच्या देहासारखी. ही शकलं पूर्वकाळी ज्या श्रद्धांनी आणि मूल्यांनी एकजीव झाली होती, त्यांच्या मूळावरच यंत्रयुग पळापळाला घाव घालीत असल्यामुळे ती आता दुरावली आहेत. या नव्या चक्रीवादळात जुन्या भावभावनांच्या होड्या क्षणाक्षणाला उघड्या होत आहेत. अचानक अदृश्य खडकावर आपटून त्यांच्या ठिकऱ्या उडत आहेत. मानवाच्या आत्मिक शक्तीचे परंपरागत आधारच कोलमडून पडत आहेत.

मनुष्यप्राणी निर्माण झाल्यानंतर त्याच्या जीवनात काव्याचा उदय आणि उत्कर्ष होत गेला. तो निसर्ग, देव, धर्म, कुटुंब, समाज, देश इ. कल्पनांच्या आधारे त्यातला कुठलाही आधार आजच्या मानवाला पूर्वीसारखा दिलासा देऊ शकत नाही. उलट देव, धर्म, कला, संस्कृती यांच्याविषयीच्या आजपर्यंतच्या कल्पना यंत्रयुगाला आपल्या पायातल्या

अवघड बेड्या वाटत असल्यामुळं त्या मोडून-तोडून फेकून देण्याकडेच आजच्या मनुष्याचा कल झुकत आहे.

अशा स्थितीत काव्यावर गद्याचे सर्व बाजूंनी आक्रमण होणं क्रमप्राप्त आहे. साहजिकच 'अच्छा! तो हम चलते' सारखी गाणी भावगर्भगीतापेक्षा यांत्रिकतेच्या आहारी गेलेल्या समूहमनावर मोहिनी टाकीत आहेत यात नवल कसलं! माणूस जसा असेल तसं त्याचं प्रतिबिंब आरशात पडतं. काव्य, नाट्य, साहित्य इ. कला हे एका दृष्टीने समाजमनाचे आरसेच होत.

यांत्रिक जीवनाचं माणसाच्या भावात्मक जीवनावर सध्याच्या वेगानं आक्रमण होत राहिलं तर मनुष्याचं भावविश्व हळूहळू आकसत जाईल. केशवसुताना अंगणात रांगोळी घालीत असलेली तरुणी पाहून सुंदर कविता सुचली. पण उद्या परवाच्या कवींना अर्धा कोटी वस्तीच्या महानगरातल्या चाळीत दहा गुणिले दहाच्या अर्धवट अंधाऱ्या खोलीत बसून आपली कवनं तयार करावी लागतील. त्या बिचाऱ्यांना रांगोळी या शब्दाचा अर्थ समजावून घेण्यासाठी शब्दकोशच धुंडाळावा लागेल! 'झोक तोल, तोल तोल गं! आडाचं पाणी लई खोल गं!' या सोपानदेव चौधरींच्या ओळी काही दिवस मराठी माणूस मोठ्या मजेनं गुणगुणत होता पण भविष्यकाळातल्या आपल्या कवींना बहुधा आपल्या चाळीतल्या नळाला पाणी आलं आहे की नाही यापेक्षा अधिक खोल पाण्यात शिरून काव्यरचना करणं अशक्य होईल. त्यांना विहिरी, ओढे, तळी, नद्या वगैरे शब्दातून प्रगट होणारे निसर्गाचे दर्शन दुर्लभ होणार हे उघड आहे. यांत्रिक संस्कृतीच्या शिखराकडं वेगानं वाटचाल करणाऱ्या मुंबईसारख्या शहरात आज कावळा हा फक्त एकच पक्षी दृष्टीला पडतो असं सांगितलं जातं. तेव्हा एकविसाव्या शतकातल्या मुंबईकर कवीला कोकिळेचे मधुर बोल काय, सप्तरंगी इंद्रधनुष्य काय किंवा वद्य पक्षातला अद्भुतरम्य चंद्रोदय काय, यापैकी कशाचंही दर्शन होणं हा कपिलाषष्ठीचा योग ठरेल.

निसर्गातल्या सौंदर्याची उणीव यांत्रिक मनुष्य अंशत: कृत्रिम सुंदर वस्तूंनी भरून काढील. पण काव्याने आजपर्यंत माणसाच्या प्रौढपणीही त्याच्यातलं जे निरागस बालमन टिकवलं, त्याची पुढं काय स्थिती होणार?

मी वर्तवीत असलेलं हे अशुभ भविष्य माझ्या पक्षपाताचं द्योतक आहे, असं कुणी म्हटलं तर ते मला मान्य केलंच पाहिजे. माझ्या केवळ मनाचीच नव्हे तर भावविश्वाचीही जडणघडण १९३०-४० पूर्वीच्या

जुन्या काळात झाली आहे. तरुण पिढीच्या दृष्टीने मी सनातनी आहे. ही मंडळी कदातिच असला बोली भाषेत नसलेला शब्द न वापरता मला 'बुरसटलेला' असा आहेर करतील. तो मी स्वीकारीत असताना ही मंडळी तावातावानं म्हणतील, "तुमचं जुनं जग केव्हाच बुडालं आहे. प्रलय काळात सारी सृष्टी नाहीशी होते आणि मग नवविश्व निर्माण होतं. श्रद्धा, मूल्यं, काव्य, जीवन या विषयींच्या तुमच्या कल्पना मान्य करणारं जग दुसऱ्या महायुद्धानं कधीच उध्वस्त केलं आहे. आता नवं जग आम्ही निर्माण करणार आहोत. त्याचा या तुमच्या जगाशी काडीइतकाही संबंध असणार नाही."

कुणी सांगावं कदाचित असंही होईल आणि मग माझ्यासारख्याला आज जी माणसांची जंगलं वाटतात अशी गजबजलेली महानगरं उद्या-परवाच्या कवींना स्फूर्ती देतील, नवे विषय पुरवतील. हार्टवून हा अमेरिकन कवि असंच काही म्हणाला होता नाही का? अशा महानगरात रमणारे कवि हिमाच्छादित गगनचुंबी पर्वतांचे वर्णन करीत बसणार नाहीत. ते गगनगामी छपन्न मजली सिमेंट क्रॉंक्रीटच्या इमारतींची स्तोत्रं रचत बसतील. रात्री विजेच्या दिव्यांची ही उत्तुंग इमारत आपादमस्तक चमकू लागली म्हणजे हिऱ्या-मोत्यांचे दागिने ल्यालेल्या सुंदरींचे स्मरण त्यांना होईल. विसाव्या शतकातल्या पहिल्या-दुसऱ्या दशकात निसर्गगीतं गाणारे बालकवी डोंगरमाथ्यावरून येणाऱ्या आणि दऱ्याखोऱ्यांतून वाहणाऱ्या निर्झराचं कौतुक करण्यात रमले. बाविसाव्या शतकातला तसाच कलकत्त्यातला एखादा प्रतिभासंपन्न कवी रात्रंदिवस त्या महानगराच्या रस्त्यातून अखंड वाहणाऱ्या वाहनांच्या यात्रेचं भव्य वर्णन करण्यात गुंग होईल. अशा रीतीनं काव्याचं अंतर्बाह्य स्वरूपच बदललं तर सकाळच्या भक्तिगीतांऐवजी "आज पहली तारीख है, खुश है जमाना" या पठडीतली गीतं सर्वत्र ऐकू येऊ लागली तर त्यात काही वावगं आहे, असं कुणालाही वाटणार नाही. उलट पहिलं प्रेम, पहिलं चुंबन, बालकानं टाकलेलं पहिलं पाऊल, पती-पत्नींची पहिली रात्र असल्या विषयांवर कुणी काही लिहू लागला तर हा कुणी तरी दोन-तीनशे वर्षांपूर्वीचा रिपव्हॅन विंकल आपली महानिद्रा संपवून परत आला आहे, असाच त्या वेळच्या रसिकांचा अभिप्राय पडेल!

□

मुखवटे

संध्याकाळ झाली. फिरायला जाण्यासाठी मी कपडे करू लागलो. इतक्यात बाहेरून चिंतोपंतांची हाक आली– 'भाऊराव, अहो भाऊराव.'

मी चमकलो. कालच दुपारी स्वारी भरपूर गप्पागोष्टी करून गेली होती. आठवड्याची हजेरी कालच लावली होती त्यांनी. मग आत्ताच या वेळेला– फिरायला चला म्हटलं तर– चिंतोपंतांचं म्हणणं पेन्शनीत निघालेल्या लोकांनी संध्याकाळी देवदर्शनाला जावं. हो, या जगात देव असलाच तर, परलोकी गेल्यावर त्याच्याकडे थोडा वशिला लागेल!

मी बाहेर येत येत म्हटलं, 'पंत, तुम्ही यावेळी कुठल्या तरी देवळात सापडायचे. मग सूर्य इकडे कोठे उगवला?'

खुर्चीत बसत चिंतोपंत म्हणाले, 'काल मी तुम्हाला सांगत होतो ना तेच खरं.'

ते कशाविषयी बोलत आहेत हे माझ्या लक्षात येईना. आमच्या गप्पागोष्टी म्हणजे एक प्रकारचा पूर्वसंग्राहक होल्डॉलच असतो.

ते माझ्याकडे रोखून पाहात उद्‌गारले, 'काल तुम्ही जे कुपात्री दान केलंत–'

कालचा प्रसंग मला आठवला. आम्ही दोघं बोलत बसलो असताना दोन-तीन माणसं दारात येऊन उभी राहिली– फाटके कपडे घातलेला, दाढीचं खूंट वाढलेला, चाळीशीतला एक पुरुष, पाच-सहा वर्षांचा केविलवाण्या चेहऱ्याचा एक मुलगा आणि केसांच्या अंबाड्या झालेली एक म्हातारी– खेडवळ माणसं दिसत होती. 'आपण दुष्काळग्रस्त मुलुखातून आलो आहोत. कालपासून उपाशी आहोत. किलो-दोन

किलो धान्य घेता येईल एवढं–' 'आपलं नाव ऐकून आम्ही आलो' वगैरे वगैरे गोष्टी ग्रामीण भाषेत त्या तिघांच्या पुढाऱ्यानं मला सुनावल्या. चिंतोपंतांनी त्याला मध्येच विचारलं, 'नाव काय रे यांचं?'

त्या माणसाला अक्षर ओळख असती तर दारावरली पाटी वाचून त्यानं माझं नाव सांगितलं असतं. पण त्याला वाचता येत नसावं. मात्र तो चांगला धूर्त होता. त्यानं चिंतोपंतांना उत्तर दिलं, 'सायेबांचं नाव काय कुणी कुनाला सांगाय हवं. आख्ख्या दुनियेला ठावं हाय ते!' आपण विश्वविख्यात आहोत याचा अचानक साक्षात्कार झाल्यामुळे मला हसू येत होतं. पण ते मी कष्टानं दाबलं. मला वाटलं, ती माणसं खरोखरच दुष्काळामुळे गाव सोडून वणवण फिरत असावीत. दारात जाऊन उभं राहिलं तरी कुणी दाद घेत नाहीत म्हणून असलं अव्वाच्या सव्वा काही बोलायला शिकली असावीत.

मी आत जाऊन एक रुपयांची नोट आणून त्या माणसाच्या हातावर ठेवली. 'येका रुपड्यात काय येतंया सायेब' असं म्हणत त्यानं आपली टकळी पुढं सुरू केली. 'म्हातारीला एखादं जुनेर तरी द्या' त्याने शेवटी डोळ्यात पाणी आणून सांगितलं. मी स्वस्थ बसलो. थोडा वेळ आपली रेकॉर्ड वाजवून हे त्रिकूट निघून गेलं. ते गेल्यावर चिंतोपंतांनी माझी हजेरी घ्यायला सुरवात केली. 'भोळेसांब आहात तुम्ही. अहो तो मनुष्य चांगलं पान खाऊन तोंड रंगवून आला होता. असल्या रंगेल मनुष्याला–' मी उत्तरलो, 'दुष्काळाच्या तडख्यात सापडलेल्या माणसानं पानसुद्धा खाऊ नये. पंत, ही माणसं आपल्या दुःखाचं जादा नाटक करत असतील. पण आपलं घरदार सोडून दारोदार भीक मागण्याची कुणाला हौस असते का?'

काल तो विषय तेवढ्यावरच संपला होता. तेव्हा आता त्याला कोणता ताजा कलम जोडायला चिंतोपंत आले आहेत हे मला कळेना. मी त्यांच्याकडं प्रश्नार्थक दृष्टीनं पाहिलं. ते विजयी मुद्रेनं उद्गारले, 'मी म्हणत होतो तेच खरं. ज्यांना काल तुम्ही रुपया दिला ती माणसं लबाड होती.'

त्यांच्यावरला चिंतोपंतांचा आरोप मला आवडला नाही. मी म्हटलं, 'कशावरून? कुणालाही पुराव्यावाचून लबाड म्हणणं–'

चिंतोपंत ऐटीनं उद्गारले, 'पुरावा? हा पहा सूर्य आणि हा जयद्रथ. अहो, मघाशी मी घराबाहेर पडलो न पडलो तोच एक स्नेही मला

भेटले. ते मला एका आईस्क्रीमच्या दुकानात घेऊन गेले. आम्ही ज्या टेबलापाशी बसलो त्याच्या जवळच्याच टेबलावर तुमची ती साळसूद माणसं बसली होती आईस्क्रीम चापीत. तुमचं नाव ऐकून आलेल्या कालच्या त्या माणसाची नजर माझ्याकडे गेली. लगेच त्यानं तोंड फिरवलं. डोक्यावरची चुरगळलेली गांधी टोपी खाली ओढली. आता तुम्हीच सांगा– खायला अन्न नाही म्हणून दारोदार फिरणारे हे लोक लबाड नाहीत का?'

मी उत्तरलो, 'पंत, तुमच्या स्नेह्याला आईस्क्रीम खायची लहर आली. तुम्हीही त्यांच्याबरोबर गेलात. तसं त्या माणसांनाही आईस्क्रीम खायची इच्छा होऊ नये का?'

'अहो, पण ही दरिद्री दुष्काळग्रस्त माणसं. यांनी–'

चिंतोपंतांच्या मनात त्या माणसाविषयी सहानुभूती निर्माण करण्याचा माझा प्रयत्न यशस्वी होणे कठीण आहे, हे लक्षात येऊन मी म्हणालो, 'त्यांनाही एखादा शोध लावायचा असेल.'

'शोध? ही अडाणी माणसं कसला शोध लावणार?'

टोमणा मारण्याची ही बरी संधी आहे, असं वाटून मी उत्तरलो, 'तुमच्या आमच्यासारखी शिकलेली माणसं एखादा बुवा 'संभोगातून समाधीकडं' नेऊ लागला की त्याच्या मागं धावतात. ही अडाणी माणसेही तशीच आईस्क्रीमकडून आईन्स्टाईनकडे जाण्याच्या मार्गावर असतील.'

माझं हे बोलणं ऐकून हतबुद्ध नजरेनं चिंतोपंत उद्‌गारले, 'कुणीही उठावं नि भोळ्या शंकराला फसवावं, त्याच्याकडून हवा तो वर मागून घ्यावा, अशा गोष्टी आपण पुराणात वाचतो. तुम्ही शुद्ध त्या भोलानाथाचा अवतार आहात.' मी उत्तरलो, 'मी भोळा शंकर नाही. तुमच्यासारखी माणसं एक गोष्ट नेहमी विसरतात. पंत, प्रत्येक माणसात खऱ्या-खोट्यांची नेहमीच भेसळ झालेली असते. गोखल्यांच्या अंकगणितातली उदाहरणं आठवतात का? दुधात पाणी घालणारा गवळी किंवा उंची चहात भिकार चहा मिसळणारा व्यापारी, असली उदाहरणे आपण सोडवत होतो ना! परमेश्वर हा असाच एक धंदेवाला आहे. भेसळ नाही असा एकही पदार्थ त्याच्या दुकानात नाही. त्यानं जगात आणून सोडलेल्या प्रत्येक माणसातलं खऱ्याखोट्याचं प्रमाण निरनिराळं असतं एवढंच. या जगात उभ्या जन्मात ज्याने कधीही खोटा मुखवटा धारण केला नाही असा मनुष्य दुर्मिळ आहे. पंत,

राजकारणाचं जग हा तर मुखवट्यांचा भला मोठा अड्डा. तुमच्या आमच्यासारख्या माणसांची गोष्ट सोडून द्या. आपण सारे खऱ्या चेहऱ्यापेक्षा मुखवट्यांच्याच आधारावर जगत असतो. पण देवाचे दशावतार हेसुद्धा त्या एका परब्रह्माचे मुखवटेच नाहीत का? पृथ्वीचे पालन करणाऱ्या विष्णूला फक्त दहा अवतार घ्यावे लागले. पण माणसाला एका जन्मात किती नि कोणते अवतार घ्यावे लागतात याची गणतीच करता येणार नाही. कालचा मनुष्यही मुखवटा घालून आला असेल. पण त्या मुखवट्याखाली दुष्काळाने गांजलेला माणूस नव्हताच असं म्हणायला मी तयार होणार नाही! तुम्ही त्याला लबाड म्हणता, कारण काय तर काल तो पान खाऊन इथं आला होता नि आज दुकानात आईस्क्रीम खात होता. अहो, ही माणसांची माती इथूनतिथून सारखीच. पंत, दुष्काळाने गांजले, घरदार सोडून भटकावं लागलं म्हणून भुका नि वासना काही कुणाच्या कमी होत नाहीत.'

माझी ही सरबत्ती ऐकून चिंतोपंत गप्प बसले. इकडेच तिकडचे बोलून देवदर्शनाच्या कार्यक्रमाकरता निघून गेले. मी फिरायला बाहेर पडलो. हवा मोठी सुखकर होती. मावळतीकडच्या आकाशात विविध रंगांचं प्रदर्शन भरलं होतं. पण माझं मन त्या सुंदर दृश्यात रमेना. कालच्या त्या माणसाचं वकीलपत्र घेऊन चिंतोपंतांना मी चूप बसवलं हे खरे. पण कुठलाही वकील बहुधा अर्धसत्यच बोलत असतो. विरुद्ध बाजूलाही थोडे सत्य असू शकेल, याकडे त्याने कानाडोळा केला नाही तर त्याला दारावरली पाटी काढून बंबात घालावी लागेल.

कालच्या प्रसंगाविषयीचे दुसरे अर्धसत्य आता माझ्यापुढे उभे राहिले. कदाचित कालचा मनुष्य दुष्काळी भागातून आला नसेलही. जवळच्याच खेड्यापाड्यातला कुणीतरी ठकसेन माणसांच्या मनातल्या करुणेचा फायदा उठविण्यासाठी दुष्काळाचा मुखवटा घालून दारोदार फिरत असेल. पण अशा माणसांना फैलावर घेण्यात किंवा त्यांच्या नावाने खडे फोडण्यात काय अर्थ आहे. अहिल्येच्या सौंदर्याने मोहित झालेल्या इंद्राने तिच्या पतीचे रूप धारण करून तिचा उपभोग घेतला ही कथा फार जुनी पुराणी. पण तिचं तात्पर्य सनातन आहे. आपल्या अनिर्बंध वासना तृप्त करण्यासाठी मोठी माणसे सुद्धा अहोरात्र धडपडत असतात, नाना तऱ्हेचे मुखवटे धारण करतात. पण सामान्य माणसांनी ते पावलोपावली वापरावेत यात नवल कसले!

रोज रामप्रहरी आपल्या हातात पडणारी वृत्तपत्रे पाहावीत. विशेषत: त्यातल्या जाहिराती पाहाव्यात. नव्या मालाच्या जाहिरातीत एखाद्या सुंदरीचा तिच्या छायाचित्रासह साग्रसंगीत फक्कड अभिप्राय तुम्हा-आम्हाला आढळेल. ती वस्तू ती बाई वापरत असेल असे मानण्याचे बिलकूल कारण नाही. नवानवा माल निर्माण करणारे कारखानदार आणि व्यापारी झुंडीचे मानसशास्त्र चांगले जाणतात. मुखवट्यावर जग झुलत असते मग ते मुखवट्यावर का चालू नये, असे त्यांचे तर्कशास्त्र असावे. हे शास्त्र बहुधा फायदेशीर ठरते. बोलून चालून बाजारात आपल्या मालाचा उठाव करण्याकरता येऊन बसलेले लोक त्यांनी गर्दीच्या डोळ्यात धूळ टाकण्याकरिता तिच्यापुढे एखाद्या छेलछबेलीला उभे करावे हे स्वाभाविकच आहे. पण ज्याला आपण व्यासपीठ वा पवित्र शब्दाने संबोधतो त्याच्यावर वेळीअवेळी उभे राहणारे नेते आणि वक्ते दुसरे काय करीत असतात. आपले सारे पूर्वग्रह आणि आपलं एकांगी राजकारण लोकांच्या गळी उतरविण्याची, त्याची धडपड सतत चालू असते. व्यासपीठापासून धर्मपीठापर्यंत कुठेही गेलं तरी, आपणाला सर्वत्र मुखवट्यांचेच राज्य आढळून येईल.

पुष्कळशी आत्मचरित्रेही याच पंथातली! रूसो किंवा गांधीजींसारखा एखादा अपवादात्मक लेखक आत्मकथेला 'सत्याचे प्रयोग' म्हणू शकेल. इतरांच्या आत्मचरित्रात असत्याच्या मातीत सत्याचे सुवर्णकण मिसळलेले असतात एवढेच! आत्मकथेला खमंगपणा यावा म्हणून स्वत:चे एखादे लफडे चविष्टपणाने सांगत सुटायचं नि ते आपल्या बाजूने शुद्ध प्रेम होते असा कांगावा करायचा हा मामला अशा अनेक बहाण्यात आढळतो. चिखलाने बरबटलेले आपले पाय रेशीम पायमोजे घालून लोकांना दाखविले म्हणजे अशा लेखकांना आपले घोडे गंगेत न्हाल्याचे समाधान मिळते.

चिंतोपंत माझ्याकडून एक रुपया नेणाऱ्या त्या मनुष्यावर इतके उखडले होते! पण स्वत: त्यांनी आयुष्यात काय कमी मुखवटे चढवले असतील? नोकरीत वरिष्ठांपुढे उभे राहताना त्यांनी गरीब गाईचा आव आणला असेल, पण हाताखालच्या माणसाला डाफरताना त्यांचेकडे मारक्या म्हशीच्या नजरेने पाहिले असेल.

चिंतोपंतांना बोल लावण्यात तरी काय अर्थ आहे. मी स्वत:च्या

आयुष्याचा विचार करू लागलो. माझे मलाच हसू आले. थोडी कीवही आली. शाळेच्या चिमण्या जगात पाऊल टाकल्यापासून आता या विशाल जगाचा निरोप घ्यायची वेळ येईपर्यंत, आलेली वेळ मारून नेण्याकरिता मी तोंडावर चढविलेल्या मुखवट्यांची रांगच रांग माझ्या डोळ्यापुढे उभी राहिली. किती चित्रविचित्र होते ते. माणूस आपल्या आयुष्यातले मुखवटे प्रामाणिकपणाने गोळा करू लागला तर त्याचे एक भले मोठे प्रदर्शन भरेल. नवचित्रकलेपेक्षाही समजायला अधिक कठीण असे नमुने त्यात आढळतील.

हा विचार मनात येताच मी शहारलो. गतआयुष्यात खोल खोल बुडी मारून तळ गाठायला माझं मन धजेना. गडकऱ्यांच्या 'माझा मृत्युलेख' या चार ओळींच्या कवितेची आठवण झाली. मानवी जीवनाविषयीचे एक दाहक सत्य किती सहजतेनं या एका श्लोकात प्रगट झाले आहे. गडकरी म्हणतात, 'मी कोण आहे हे उभ्या जन्मात माझ्या आप्तेष्टांना नीट कळलं नाही. मित्रांनाही त्याचा पत्ता लागला नाही. खुद्द माझं मला तरी ते कुठं कळलंय्?' जिथं आपलं सत्य स्वरूप स्वत:ला उमजत नाही तिथं इतरांना ते यथातथ्य कसं कळणार? मुखवटे घालून फिरणं एवढंच शेवटी जगात माणसाच्या हाती उरतं. ते सारे मुखवटे दूर भिरकावून देऊन आपला भलाबुरा चेहरा आरशात पाहण्याचा धीर भल्याभल्यांनाही होत नाही. तेव्हा सामान्य व्यक्तीचं जग मुखवट्यांनीच भरून जावं हे स्वाभाविक आहे.

रंगभूमीला 'मुखवट्यांचं जग' म्हणतात आणि रंगभूमीचा सम्राट असलेला शेक्सपिअर म्हणून गेला आहे 'हे सारं जग ही एक रंगभूमी आहे.' साहजिकच या रंगभूमीवर जिकडे तिकडे मुखवटेच मुखवटे दिसावेत यात आश्चर्य नाही. चिंतोपंतांना काय, मला काय किंवा इतरांना काय मुखवट्यावाचून जीवन कंठणे शक्य नाही, जिचा आपण 'संस्कृति संस्कृति' म्हणून गौरव करीत असतो ती सुद्धा अंती मुखवट्यांचा बाजार असतो. लहान सहान भांडणांपासून जगड्व्याळ महायुद्धापर्यंत कोणताही संघर्ष याची साक्ष देईल.

☐

गरीब बिचारा ईश्वर!

सकाळचा चहा घेता घेता स्थानिक वृत्तपत्र चाळीत होतो. एका बातमीने माझे लक्ष वेधून घेतले. खून-बलात्कार, बँकेवर दरोडा अशा जातीची काही बातमी नव्हती ही! ती होती अगदी साधी, अळणी, भेंड्याची भाजी वाटावी अशी! पण मी मात्र ती दोनदा वाचली.

बातमी एवढीच होती– मुरलीधराचे देवळाच्या विस्तीर्ण पटांगणात अफझुलपूरकरबुवांची कीर्तने गेले चार-पाच दिवस सुरू आहेत. कीर्तनाला अलोट गर्दी जमते. आता बुवांचा मुक्काम फक्त आणखी दोन-तीन दिवसच आहे. भाविकांनी या पर्वणीचा लाभ अवश्य घ्यावा.

ही बातमी वाचता वाचता इंग्रजी चौथीत असताना वर्डस्वर्थच्या कवितेतल्या न कळलेल्या एका ओळीवर प्रकाशाचा झोत पडला. 'आकाशातलं इंद्रधनुष्य दृष्टीला पडताच माझं हृदय आनंदानं नाचू लागतं.' असा त्या कवितेचा प्रारंभ आहे पण तिचा शेवट होतो तो 'The child is father of the man.' या दुर्बोध वाटणाऱ्या चरणानं. मोठा मनुष्य लहान मुलाचा बाप होऊ शकतो, हे कळण्याइतकी अक्कल तेव्हा मला होती पण लहान मूल मोठ्या माणसाला जन्म देतं, असं काहीतरी कवी म्हणत होता ते मला काही केल्या उमगत नव्हतं. अफझुलपूरकरबुवांच्या कीर्तनाची बातमी वाचताच ही ओळ मला आठवली. आज रात्री कीर्तनाला जावं अशी तीव्र इच्छा मनात निर्माण झाली. उतारवायामुळे जागरण मला सोसवत नाही. तरीदेखील एखादं कीर्तन आपण ऐकलंच पाहिजे असं माझ्या मनानं घेतलं. चहा झाल्यावर

सौभाग्यवतीला मी माझा बेत सांगितला. तिनं मला वेड्यातच काढलं. डॉक्टरांनी माझ्यावर बजावलेले सर्व बंदीहुकूम तिने धडाधड पाठ म्हणून दाखविले पण या तोफांच्या सरबत्तीचा माझ्या संकल्पाच्या बुरुजावर काडीमात्रही परिणाम झाला नाही.लहानपणीची माझी कीर्तन-पुराणांची आवडच आज अचानक जागी होऊन उफाळून वर आली होती. बाळपणीचे संस्कार काय, आवडीनिवडी काय किंवा कडुगोड अनुभव काय या साऱ्यांनी माणसाचं प्रौढपण घडविलं जातं हेच खरं! वर्डस्वर्थच्या त्या ओळीचा आशय हाच असावा.

रात्री मी मुरलीधराच्या देवळापाशी पोहोचलो, तेव्हा कीर्तन सुरू होण्याच्या बेतात होतं. बायका-पोरं, म्हातारे-कोतारे अशी खूपच गर्दी होती. कुठं तरी सोईची जागा मिळावी म्हणून इकडं-तिकडं पाहत होतो मी. इतक्यात बुवांच्या समोरच बसलेल्या रंगोपंतांचं लक्ष माझ्याकडं गेलं. त्यांनी मला खूण केली. इतरांना आपला पाय लागू नये अशी खबरदारी घेत त्या चक्रव्यूहातून मी त्यांच्यापर्यंत जाऊन पोहोचलो. रंगोपंतांच्या जवळ दाटीवाटीने बसताना उजवीकडे पाहिलं. गर्दीत चिंतोपंतांचा चेहरा दिसला. मला वाटलं, 'बुवा बडे जादुगार असले पाहिजेत. एरवी रंगोपंत व चिंतोपंत या दोन ध्रुवांवर असलेल्या माझ्या दोन स्नेह्यांना इथं त्यांनी कसे ओढून आणलं असतं!'

कीर्तनाला सुरुवात झाली. बुवा पन्नाशी उलटलेले पण आवाज खडा. त्यांना गाण्याचंही चांगलं अंग होतं. अस्खलित वाणीनं त्यांनी पूर्वरंग खुलवला. 'ईश्वर इच्छेवाचून झाडाचं पानसुद्धा हलत नाही हे त्यांच्या निरुपणाचं सूत्र होतं. ते स्पष्ट करण्याकरता नाना प्रकारचे पौराणिक दाखले त्यांनी दिले. कौरवांच्या सभेत द्रौपदीला वस्त्र पुरवून श्रीकृष्णानं तिची लाज कशी राखली या प्रसंगापासून जनाबाईच्या दळणाला हातभार लावण्यासाठी अठ्ठावीस युगे विटेवर उभा असलेला पांडुरंग कसा धावून येत असे या कथेपर्यंत. मधेच त्यांनी खास स्वत:चा असा एक अनुभव वर्णन केला.

ते एका मोठ्या शहरी कीर्तन करण्याकरता गेले होते. एका लक्षाधीश सावकाराचे पाहुणे होते तिथं ते. यजमानांनी त्यांची सारी बडदास्त ठेवली होती. गावात डास फार म्हणून बुवांना दिलेल्या पलंगाला सुंदर मच्छरदाणीसुद्धा लावली होती. पहिल्या दिवशी कीर्तनानंतर सावकार

बुवासह आलिशान मोटारीतून घरी परतले. झोपण्यापूर्वी गरम केशरी दूध त्यांनी पाहुण्यांना दिलं. यजमान खोली बाहेर गेले. बुवा दिवा बंद करून अंथरुणावर पडले पण मच्छरदाणीत कसा कोण जाणे एक डास शिरला होता.

बुवांची गाडी या डासापर्यंत आली. मग तब्बल पंधरा मिनिटं त्यांनी त्या डासाच्या अयशस्वी शिकारीचं रसभरीत वर्णन केलं. अंथरुणावर पडल्यावर पुन:पुन्हा तोंडापाशी येणाऱ्या, मधेच गालावर बसणाऱ्या, एकदम कपाळाचा चावा घेणाऱ्या डासाला मारण्याचा आपण प्रयत्न केला, पण प्रत्येक वेळी डासानं आपल्याला कशी हुलकावणी दिली, एकदोनदा तर त्याला मारता मारता आपण आपल्याच थोबाडीत कशी मारून घेतली याचं त्यांनी इतकं सुरस वर्णन केलं की बुवा कीर्तनकार झाले नसते तर कादंबरीकार म्हणून त्यांना लोकप्रियता मिळाली असती असं माझ्या मनात येऊन गेलं. आडव्या स्थितीत डासाला नेस्तनाबूत करण्याचा प्रयत्न फसल्यावर त्यांना 'पडून राहणाऱ्याचे नशीबही पडतं.' या उपनिषदाच्या वाक्याची आठवण झाली.

ते उठून बसले. डास त्यांना हुलकावणी देत होताच. तो मारला गेला अशा समजुतीनं त्यांनी डोकं टेकलं की, तो त्यांच्यावर पुन्हा जोरानं हल्ला चढवी. शेवटी मच्छरदाणीबाहेर येऊन त्यांनी दिवा लावला. पुन्हा मच्छरदाणीत शिरून डासाच्या शिकारीला सुरुवात केली. तो अधूनमधून त्यांना दिसे. एखाद्या वैमानिकाप्रमाणं तो चटकन् खाली मुसंडी मारी. टचकन आपलं इंजेक्शन देई. पुढल्या क्षणी सूंबाल्या करी. गनिमीकाव्याच्या लढाईचा शोध या डासाच्या पूर्वजांमुळंच लागला असावा असा एक विचार बुवांच्या मनाला चाटून गेला.

आपली ही शिकार कशी चालली होती याची चित्तरकथा घोळवून घोळवून सांगितल्यावर ते म्हणाले, 'ईश्वरी इच्छेवाचून या जगात एखादा डासही तुम्हा आम्हाला मारता येत नाही. कर्ताकरविता सर्व काही तो आहे. माणूस म्हणजे एक नुसतं कळसूत्री बाहुलं. तासन् तास प्रशस्त मच्छरदाणीत आणि दिव्याच्या झगझगीत प्रकाशात मला दिसणारा तो डास मारण्याचा मी आटापिटा केला पण माझे सारे यत्न फुकट गेले. याचे कारण एकच आहे. त्या क्षुद्रप्राण्याला ईश्वरी संरक्षण होते. ईश्वराच्या इच्छेवाचून चिंचेचे पानसुद्धा या जगात हालत नाही महाराज!'

हे डास-पुराण ऐकता ऐकता मला कंटाळा आला. मी सभोवताली पाहिलं. श्रोते हसत होते. बुवांच्या प्रत्येक वाक्याला माना डोलावीत होते.

थोड्या वेळाने उत्तररंग सुरू झाला. बुवांनी दामाजीपंतांचं आख्यान लावलं. माझ्या फार आवडीचं होतं ते, पण त्यात आता माझं मन रमेना.

कसंबसं कीर्तन संपलं. गर्दीतून बाहेर येता येता रंगोपंत म्हणाले, 'भाऊराव, काय सुरेख कीर्तन झालं आज! बुवांचा तो डासांचा अनुभव तर बहारीचा होता. चिंतोपंत गंभीरपणानं उद्गारले, 'ईश्वरी इच्छेशिवाय या जगात काही घडत नाही हेच खरं!''

घरी येऊन मी अंथरुणावर पडलो पण झोप येईना. कीर्तनाचे विचार काही केल्या मनातून जाईनात. दामाजीपंतांच्या कथेतसुद्धा विठ्ठलानं विठू महाराचं रूप धारण करून आपल्या भक्ताला पादशहाच्या अवकृपेपासून कसं वाचवलं! ही गोष्ट तिखटमीठ लावून बुवांनी वर्णन केली होती. मला ही कथा प्रिय होती. पण त्याचं मूळ दामाजीपंतांसाठी विठ्ठल विठू महार झाला. या अद्भुत चमत्कारात नव्हतं. भोवतालचे हजारो लोक अन्नान्न करीत असलेले पाहून दामाजीपंतांच्या अंत:करणात जी करुणेची गंगा उचंबळून आली तिचं मला नेहमीच कौतुक वाटत आलं होतं. ती तुमच्या आमच्यासारख्या दुबळ्यांची वांझ करुणा नव्हती. दीन आणि दु:खी माणूस दिसला की क्षणभर बिचाऱ्या दुर्दैवापुढं कुणाचा इलाज आहे असं काहीतरी पुटपुटतो. पण या अभागी जीवांसाठी काहीतरी करणं आपलं कर्तव्य आहे असा निर्धार करून आपण त्या दिशेनं पावलं उचलीत नाही किंवा मदतीचा हात पुढं करीत नाही.

दामाजीपंतांची गोष्ट सर्वस्वी निराळी होती. त्यांच्या करुणेनं पादशहाच्या मालकीची धान्याची कोठारं भुकेल्या दुष्काळग्रस्तांना मोकळी केली. तसं करताना पादशाहाची परवानगी आपण घेतलेली नाही, आपल्यावर त्यांचा रोष होईल, आपली बायकापोरं भिकेला लागतील, आपल्या घरादारावर गाढवांचा नांगर फिरेल आणि कुठल्या तरी कारागृहात आपण जन्मभर कुजत पडू असल्या कोणत्याही विचारानं त्याला अडवलं नाही. माणुसकीपुढं सत्ता, संपत्ती, सामर्थ्य या सर्वांची काडी इतकीही किंमत नाही हे त्यांनी आपल्या कृतीनं सिद्ध केलं. माणूस हा पशुहून

निराळ्या पातळीवर जगणारा प्राणी आहे याची प्रचिती अशा व्यक्तीच्या जीवनानेच जगाला येत राहते.

या कथेचा उत्तरार्ध मला लहानपणी आवडत होता हे खरं असलं तरी त्याच्यातल्या चमत्काराची मी गेली पन्नास वर्षे स्वप्नरंजनातच गणना करत आलो आहे. अशा चित्रविचित्र अद्‌भूत चमत्कारांच्या चक्रव्यूहात भारतीय मन दुर्दैवानं पिढ्यान् पिढ्या अडकून पडलं आहे. हा ईश्वराच्या अस्तित्वाचा किंवा तो अस्तित्वात नसल्याचा प्रश्न नाही. पण अशा असंख्य चमत्कारपूर्ण कथा अद्यापिही कथा-कीर्तनापासून नाटक-चित्रपटापर्यंत चविष्टपणानं वर्णन केल्या जातात. ऐहिक जीवनाकडे पाहण्याची ही आपली धूसर दृष्टी लक्षात घेतली म्हणजे एक कटू सत्य मनात सलत राहतं. सामोरं जायला विशाल तत्त्वज्ञानाची बैठक असूनही वास्तव जीवनाला भारतीय मन अजूनही तयार होत नाही.

ऐहिक जीवनात सज्जन टाचा घासून उपाशी मरत असताना दुर्जन महालात बसून पंचपक्वान्न खात असलेला आपण पाहतो! पण सर्व परंपरागत कथांचा शेवट आनंदीआनंदात व्हायचा हे ठरलेलंच आहे. या कथात दुष्टांना प्रायश्चित्त मिळतं. सज्जन सुखी होतात वगैरे वगैरे. संस्कृत नाट्य-वाङ्मयात शोकांतिका निर्माण न होण्याचं कारण आपली जीवनातल्या वास्तवाकडं पाहण्याची एकांगी दृष्टी हेच आहे. विसंगतींनी भरलेल्या जगात आपण सतत खोटी सुसंगती शोधीत राहतो. या वृत्तीनेच भारतीय मनाला दुर्बल व दैववादी बनवलं आहे. विशाल विश्वचक्राच्या मुळाशी असणाऱ्या शक्तीचं विनम्र भावानं चिंतन करण्याऐवजी ती उठल्यासुटल्या साऱ्या जगभर लुडबुडत असते, जगातली प्रत्येक लहान सहान घटना त्या परमशक्तीच्या इच्छेनंच घडत राहते. मच्छरदाणीत चुकून शिरलेल्या डासांचं संरक्षण करायला ती शक्ती धावून येते असं गृहीत धरून त्याच्या आधारे आपण मानवी सुखदु:खांचा विचार करीत राहतो. वस्तुत: विश्वचक्राला गती दिल्यानंतर त्या परमशक्तीला तुमच्या आमच्या दैनंदिन जीवनात हस्तक्षेप करण्याची इच्छा असण्याचे कारण नाही. जन्म-मृत्यूचं कोडं उलगडत नाही म्हणून परमेश्वराचं अस्तित्व मानणं निराळं आणि त्या दिव्य शक्तीला पावलोपावली तुमच्या आमच्या भातुकलीच्या खेळात ओढणं निराळं!

आपल्याकडे अजूनही सर्वत्र नंगानाच घालणारी अंधश्रद्धा या

अविवेकाच्या पोटीच जन्मली आहे. प्राचीन पौराणिक कथांपासून काल परवाच्या संतचरित्रांपर्यंत आपल्याकडे सर्वत्र जे चमत्कारांचं वेडं पीक दिसतं, त्याचा उगम डोळस, तेजस्वी भाविकतेत नसून दुबळ्या, आंधळ्या श्रद्धेत आहे.

अफझुलपूरकर बुवांसारखं मला गाण्याचं अंग नाही. त्यांचं वक्तृत्वही माझ्या ठिकाणी नाही. ब्रह्म, माया, पूर्वजन्म, पुनर्जन्म इत्यादी बड्या मंडळींशी माझी फक्त शाब्दिक ओळख आहे. पण हे कीर्तन ऐकल्यापासून एक इच्छा माझ्या मनात बळावली आहे. आपणही केव्हा तरी एक कीर्तन करावं, त्यात दामाजीपंतांचं आख्यान लावावं. मात्र त्या कथेचा उत्तरार्ध गुन्हेगार म्हणून पकडून आणलेल्या दामाजीपंतांनं बादशहाला सुनावलेल्या माणुसकीच्या खड्या बोलांनी वर्णन करून सांगावं. दामाजीपंतांच्या अंत:करणातला जागृत ईश्वर पादशहाच्या मनातल्या निद्रित ईश्वराला कसा जागा करतो या प्रसंगात कीर्तनाचा शेवट व्हावा. विठ्ठलावर हरकाम्या गड्याप्रमाणे विठू महार होण्याची सक्ती करू नये.

माझ्या कीर्तनाला बहुधा गर्दी जमणार नाही. चुकून जमलीच तर हळुहळू एकेक श्रोता गुपचूप उठून जाईल हे मी जाणतो. पण दामाजीपंतांच्या त्या खड्या बोलात ईश्वरी शक्तीचं उरल्यासुरल्या श्रोत्यांना खरं दर्शन होईल. या विज्ञान युगात माणूस आसुसला आहे, तो मानवी हृदयातल्या ईश्वराच्या साक्षात्कारासाठी!

□

सुगंधी फिनेल

सकाळच्या चहाचे गरमगरम घुटके मला नेहमीच आवडतात. असा कप-दीड कप चहा पोटात गेला की अंगात तरतरी येते, मन प्रसन्न होऊ लागतं. सकाळी उमलणाऱ्या कळीप्रमाणे. मायेची ऊब केवळ माणसेच देतात असं नाही, अन्नपदार्थही आपल्याला त्या उबेची आठवण करून देतात. चहा हा माझ्या दृष्टीने अशा पदार्थांचा राजा आहे.

माझा पहिला चहा संपला. दुसरा अर्धा भरला गेला. इतक्यात बाहेर सकाळचं वर्तमानपत्र पडल्याचा आवाज झाला. मी घाईघाईने पेल्यातला चहा घशाखाली ढकलला आणि लहान मुलाने विमानाचा आवाज ऐकताच अंगणात धावावं, त्याप्रमाणे बाहेर खोलीत आलो. गरम चहापेक्षाही गरमागरम वाटणाऱ्या बातम्यांच्या ओढीनं मला खेचून आणलं होतं!

अरब-इस्त्राईल युद्ध जोरात सुरू होतं. मी झटकन् वर्तमानपत्र उचललं. मात्र ते उचलताना माझं मलाच हसू आलं. माझं कसलं? मनुष्याच्या अंतर्विरोधांनी भरलेल्या मनाचं! रस्त्यावरली मारामारी पाहून बाजूच्या गल्लीतून पुढे सटकणारा मी! पण या भित्र्या 'मी'ला बाँबहल्ले, सिनाई वाळवंट, नवी क्षेपणास्त्रं, दमास्कस शहर यांचं कुतुहल मात्र जबरदस्त! मला वाटतं, या जगात प्रेम आणि युद्ध या दोनच गोष्टी अशा आहेत की ज्यांच्याविषयीचं माणसाचं आंधळं आकर्षण कधी कमी होत नाही. म्हणूनच पांचट आणि भडक अशा प्रेमकथांनाही नेहमी भरपूर वाचकवर्ग मिळतो आणि कुठेही कसलीही दंगल उसळली की तिथं हजारो बघे 'हा हा' म्हणता जमतात– गुळाच्या ढेपीकडं धावणाऱ्या मुंगळ्याप्रमाणं.

मी बातम्या वाचू लागलो. पण मिनिटा-दोन मिनिटातच माझं लक्ष स्वयंपाकघरातून येणाऱ्या तारस्वराकडं गेलं. टायफॉईडमधून नुकत्याच उठलेल्या सौभाग्यवतीचा व तिच्या मदतीसाठी मुद्दाम आलेल्या धाकट्या सूनबाईंचा काही संवाद चालला होता. तो सुखसंवाद नसावा हे सौं. च्या कापऱ्या पण धारदार आवाजावरून मी ओळखलं! अरब-इस्त्राईल युद्धातल्या तोफांच्या आवाजाशी त्या स्वराचं काही दूरचं नातं असावं. पुढल्या क्षणी तिचे रागीट शब्द स्पष्टपणे माझ्या कानावर पडले, "अगं, हे असलं महागडं आणायचं कशाला?" सूनबाईच्या तोफेनं प्रत्युत्तर दिलं, "सुगंधी आहे ते. महाग असणारच थोडं." सासूबाईंनी वरच्या पट्टीच्या आवाजात विचारलं, "हे काय लग्नसमारंभासाठी आणायचं अत्तर होतं! म्हणे सुगंधी? मोरीतला वास कमी व्हावा म्हणून..." सूनबाईंनी सासूबाईंचं वाक्य पुरं होऊ दिलंच नाही. तिनं प्रत्युत्तर दिलं, "मोरीतली घाण कमी वाटावी म्हणून घाणेरड्या वासाचं काही तरी आणून कसं चालेल? उद्या दुपारी माझ्या साऱ्या मैत्रिणी येणार आहेत चहाला. तेव्हा म्हटलं दोन पैसे जास्त खर्च झाले तरी–" सासूबाईंनी आपली तोफ डागली, "दोन पैशात येतंय् काय हल्ली मेलं बाजारात. यांच्या पेन्शनीत घर चालवावं लागतं मला. कुणाकडनं मनिऑर्डरी येत नाहीत दरमहा इकडं!"

'गृहनिर्माण मंडळाचं कर्ज फेडण्याकरिता मी धाकट्या चिरंजीवाकडं थोडे पैसे मागितले होते. त्यांनी आपला पगारच आपल्याला पुरत नाही असं उत्तर पाठवून खाका वर केल्या होत्या.' सौ.चा टोला या मर्मावर होता.

सौ. नुकतीच तापातून उठली होती. अशा माणसांचा स्वभाव काही दिवस अधिक चिरचिरा बनतो याचा अनुभव मला होता. म्हणून आत जावं आणि थोडी मध्यस्थी करावी असं मनात आलं. मी खुर्चीवरून उठलोदेखील. पण त्याच क्षणी दोन्ही पक्षांच्या तोफा पुन्हा डागल्या गेल्या. मी मुकाट्यानं खाली बसलो.

सासूबाई जोरजोराने आपलं म्हणणं मांडीत होत्या. 'ही मेली महागाई हात धुवून लागलीय् मागं. डोळ्यात तेल घालून संसार करायला हवा माणसानं. अगं मोरी धुवायला साधं फिनेल चालतं. त्याला चांगला वास असलेलं कशाला हवं? मेली बघावं ते दररोज नवी नवी थेरं निघतात.

उद्या सुगंधी शेण विकायला येईल दारावर, म्हणून ते काय विकत घ्यायचं! गोवऱ्या शेवटी जाळायच्या. त्यांना सुगंध कशाला हवा? फिनेल म्हणजे काही फुलं नव्हेत!'

सूनबाई तापलेल्या स्वरात आपली बाजू मांडीत होत्या. 'चार पैशासाठी किती घासाघीस करायची माणसानं. म्हटलं एका ऑफिसरची बायको आहे मी. नवऱ्याच्या दर्जाला शोभेल असं वागावं लागतं बायकोला. काही मेलं 'स्टॅण्डर्ड ऑफ लिव्हिंग' आहे की नाही!'

एम.ए. झालेल्या सूनबाईनं आपल्या तोफेत इंग्रजी दारू भरलेली बघून सासूबाई गप्प बसतील अशी माझी कल्पना होती. पण त्याही काही कमी नव्हत्या. त्या लगेच उत्तरल्या, "मलासुद्धा इंग्रजी येतं हं. मी तुझ्याइतकी शिकली नसले तरी जुन्या काळातली मॅट्रिक आहे. 'स्टॅण्डर्ड ऑफ लिव्हिंग' असं वाढायला लागलं तर उद्या 'स्टॅण्डर्ड ऑफ डायिंग' सुद्धा ठरवावं लागेल संसारी माणसाला."

सूनबाई यावर काही उत्तर देतील अशी माझी कल्पना होती. पण बहुधा सासूबाईंच्या इंग्रजी कोटीनं आपलं म्हणणं खोडून टाकलं जाईल याची त्यांना कल्पना नसावी. क्षणभर त्यांचा तोफखाना बंद पडला. पण त्या पुटपुटल्या, 'भरल्या घरात मरणाच्या गोष्टी कशाला हव्यात! मी नाक घासते हवं तर. सुगंधी फिनेलचा डबा आणलाय् ना. त्याचे पैसे तुमच्या घरखर्चात लावत नाही. मग तर झालं?'

स्वयंपाक घरातलं वादळ शांत झाल्यासारखं दिसलं. पण आत जाऊन काही बोलायचा धीर मला होईना. मला वाटलं, आग विझवायला आपण पाणी घेऊन जावं आणि त्या पाण्याचं तेल व्हावं असा चमत्कार व्हायला नको. हातातल्या वर्तमानपत्राकडं मी उदास दृष्टीनं पाहिलं. वाटलं, जगातली युद्ध बंद व्हावीत म्हणून शांततावादी लोक जिवाचा आटापिटा करतात. पण मनुष्याला भांडणाशिवाय चैन पडत नाही. तो कुठलं तरी खुसपट काढतो आणि आपली खुमखुमी पुरी करून घेतो हेच खरं.

गोष्ट किती साधी– सूनबाईनं नेहमीच्या फिनेलऐवजी नवं, चांगलं वासाचं फिनेल आणलं व सासूबाईंचा पारा चढला. 'प्रेमाइतकीच द्वेष ही माणसाच्या मनातली मूलभूत प्रेरणा आहे' असं फ्रॉईड म्हणतो. त्याचं हे विधान खूप वर्षांपूर्वी मी वाचलं. तेव्हा ते मला अगदी निराधार वाटलं

होतं, पण आता माझ्या मनाला पटू लागलं आहे की माणसाला जशी प्रेम, शांती, मैत्री इ. गोष्टींची भूक असते तसाच द्वेष, शत्रुत्व, दंगल वगैरेंचे जंतू तो आपल्या रक्तातच घेऊन आलेला असतो.

तिसऱ्या प्रहरचा चहा झाल्यावर सूनबाई मैत्रिणींकडं चहाचं निमंत्रण देण्याकरता गेली. ही संधी साधून सौ. ला मी म्हटलं, 'एका लहान गोष्टीचा किती बाऊ केलास तू सकाळी!' थोड्याशा कुर्र्यात ती उत्तरली, 'महिना अखेर तुमच्या घरखर्चाची आणि पेन्शनीची तोंडमिळवणी करताना माझी काय ओढाताण होते ती देव जाणे. पुरुषांचं आपलं बरं असतं. उंटावरनं शेळ्या हाकता येतात त्यांना! त्यांना काय नुसते हुकूम सोडायचे. बायका आहेतच सारं निस्तरायला.'

साधं फिनेल आणि सूनबाईंनी आणलेलं फिनेल यांच्या दरात किती फरक आहे हे सौ. ला विचारायची माझी फार फार इच्छा होती. पण मी ती गुंडाळून ठेवली. हो, फट म्हणता ब्रह्महत्या व्हायची!

तिची समजूत घालण्याकरता मी मृदुस्वरात म्हटलं, 'अगं, आता काळ किती बदललाय! ही नवी पिढी–'

मला पुढं बोलू न देता ती उत्तरली, 'म्हणे काळ बदललाय! अहो मी तेच म्हणते. म्हातारी मेल्याचं दुःखं नाही पण काळ सोकावतो ना! अंथरूण पाहून हातपाय पसरावेत, हे या पोरींना कळतं कुठं? लहान मुलाला जत्रेतली सारी खेळणी हवीहवीशी वाटतात ना, तशा या बाजारात गेल्या म्हणजे– आपली मिळकत काय? खर्च काय? कश्शा कश्शाचा म्हणून विचार उरत नाही यांना. अहो, या पोरी आज दिवाळी करतील नि उद्या दिवाळं काढतील.'

तिचा पारा अधिक चढू नये म्हणून मी म्हटलं, 'अंथरूण पाहून हातपाय पसरावेत ही जुनी म्हण झाली. सध्याच्या म्हणींच्या पुस्तकात ती नाही. हातपाय लांब असले तर अंथरूण लहान म्हणून ते कापायचे का?'

मनातून मी सौं.च्या 'स्टॅण्डर्ड ऑफ डायिंग' या कोटीवर खूष होतो. मी थट्टेनं म्हणणार होतो. हो, जीवनमान वाढवलं म्हणजे मरणाचंही मान वाढवायला नको का? या दोघांनाही समान हक्क हवेतच! जीवन आणि मरण यांचं एक अतूट नातं आहे. अगदी पती-पत्नीसारखं. पण मी असं काही बोललो असतो तर ती अधिकच भडकली असती.

तिच्याशी कसं बोलावं हे क्षणभर मला कळेना. पन्नास वर्षांपूर्वीची ती आठवण द्यावी का तिला? तिनं आमच्या घरात पाऊल टाकलं तेव्हा तिचा भांग थोडा डाव्या बाजूला होता. जुन्या पद्धतीप्रमाणे तो बरोबर मधोमध नव्हता. माझी आई भूमिती शिकली नव्हती. पण सौ. चं काही चुकलं की ती उठल्या सुटल्या त्या वाकड्या भांगाचा उद्धार करीत असे. ही आठवण देणे म्हणजे सापाच्या शेपटीवर बा सज्जना मना, म्हातारपणी तरी नवरा-बायकोंच्या भांडणाचा तमाशा जगाला दाखवू नकोस.'

मी विचार करू लागलो. सौ. बोलली ते सर्वस्वी चूक होतं असं नाही.

'कशाला उद्याची बात' असं गाणं गात राहणं व त्याप्रमाणे वागणं सोपं, पण तो उद्या उजाडल्याशिवाय राहात नाही. त्याला तोंड देण्यासाठी मुंगीसारखी थोडी फार संग्रहाची वृत्ती हवी. नुसता टोळाप्रमाणं फडशा पाडणं सोपं आहे. पण हिवाळा आला की– पण तसं पाहिलं तर सूनबाईंच्या हातून तरी असा काय मोठा गुन्हा घडला होता. बहुतेक माणसं आपल्या काळातल्या कल्पनांचे कैदी असतात. ती आपल्या तुरुंगाला राजवाडा मानून वागतात. आपल्या काळातल्या चालीरीती, आवडीनिवडी इत्यादिकांच्या पोलादी चौकटीत मन ठाकूनठोकून बसवूनच ती वावरत असतात. सूनबाईंचे विचार, बोलणं, वागणं सारं काही चालू जमान्यातल्या पांढरपेशा मध्यमवर्गाला शोभण्यासारखं आहे. पण आपला जमाना कधीच मागं पडला हे सासूबाईंच्या अजून लक्षात येत नाही. त्यांच्या तरुणपणी दुसऱ्या तऱ्हेची वेडं आणि नाना तऱ्हेच्या फॅशन्स नव्हत्या असं नाही. त्यांच्या प्रवाहाबरोबर त्याही वाहात गेल्या होत्या. पण ते त्या सोयिस्करपणे विसरल्या आहेत. खरी गोष्ट एवढीच की आपल्या काळाची पोलादी चौकट मोडून तोडून टाकणे सामान्य मनुष्याच्या आवाक्याबाहेरचं असतं. एखादं धरण फुटावं आणि त्यातल्या पाण्याच्या प्रवाहाबरोबर गगनचुंबी इमारतीपासून पूल, रेल्वे, रस्ते यांच्यापर्यंत सारं सारं वाहून जावं तशी हजारातल्या नऊशे नव्याण्णव माणसांची स्थिती असते. ज्ञानेश्वर-तुकारामासारखे पारमार्थिक संत किंवा गांधी-रसेलसारखे समाजप्रेमी बुद्धिवंत आपल्या काळातल्या मानवी मनाच्या दोषाविरुद्ध बंडाचा झेंडा उभारू शकतात. काही काळ या बंडवाल्यांना थोडेफार अनुयायी मिळाल्याचाही भास होतो. पण लवकरच काल प्रवाह आपल्या

गतीने वाहू लागतो आणि सामान्य माणसं गवताच्या काडीप्रमाणं त्याच्याबरोबर वाहात जातात.

परस्परविरुद्ध अशा अनेक विचारांची वावटळ माझ्या मनात उठली पण सौं. चा राग शांत करण्याकरिता ते धुळीनं आणि पालापाचोळ्यांनी भरलेलं ब्रह्मज्ञान तिला सांगण्यात अर्थ नव्हता. शहरातल्या एका विहिरीचं पाणी पिऊन तिथले सारे लोक वेडे झाल्यावर ते पाणी न पिणारा शहाणा राजाही मुकाट्यानं ते कसं पितो याचं वर्णन जिब्राननं आपल्या एका कथेत केलं आहे. पण ती कथाही सौ. ला सांगण्यात अर्थ नव्हता. ती ताडकन् उत्तरली असती, 'त्या शहाण्या राजाला मी वेड्याच्या इस्पितळात पाठवलं असतं.'

खरी गोम आहे मनुष्य स्वभावातच. तो अहंकाराच्या एका अभेद्य कवचात अष्टौप्रहर वावरत असतो. मी शहाणा, माझं म्हणणं खरं. मी कधी चुकत नाही वगैरे वगैरे भ्रमांनी मानवी मन सदा लपेटलेलं असतं. या अहंकाराच्या कवचातून माणसानं बाहेर यावं म्हणून गेल्या पाच हजार वर्षांत सर्व धर्म, हजारो साधूसंत आणि लाखो सज्जन माणसं यांनी प्रामाणिक प्रयत्न केले. पण सामान्य मनुष्य अजूनही ते कवच फोडू शकत नाही. साहजिकच दोन मदोन्मत्त हत्तींची टक्कर व्हावी तसा दोन व्यक्तींच्या, दोन वर्गांच्या, दोन समाजाच्या किंवा दोन राष्ट्रांच्या अहंकाराचा संघर्ष सुरू होतो. आमच्या घरातला आजचा प्रकार त्यातलाच होता.

माझं मन सूनबाईंची वकिली करीत होतं. पण त्याचवेळी सासूबाईंच्या बोलण्यातलं तथ्य त्याला जाणवत होतं. मी सौ. ची समजूत घालण्याचा प्रयत्न सोडून दिला आणि अरब-इस्राईल युद्धाचं भवितव्य काय होणार याविषयी विचार करू लागलो!

□

लांडोरीचा नाच

पंधरा-वीस दिवसात चिंतोपंत माझ्याकडं फिरकले नव्हते. मुलीसाठी स्थळ शोधण्याकरता स्वारीने पुण्या-मुंबईकडं मोहीम काढली आहे की काय, हे कळेना. पण मला मात्र चुकल्या चुकल्यासारखे होऊ लागले. तसं त्यांचं माझं गोत्र जमत होतं असं नाही, पण उतार वयात बालमित्र अधिकच जवळचा वाटू लागतो. त्याच्याशी गप्पा-गोष्टी करताना कदाचित माणसाच्या मनात त्याचं निर्व्याज बाळपण जागं होत असावं!

चिंतोपंतांची खबर घ्यावी म्हणून मी घरातून बाहेर पडलो. वाटेत रंगोपंत भेटले. त्यांना चिंतोपंतांविषयी विचारता ते उद्गारले, 'अहो, स्वारी घराबाहेर पडण्याच्या स्थितीत नाही. नावच चिंतोपंत. चिंता करीत बसायची सवय पाचवीला पुजलेली. पडलाय अंथरुणावर. रक्तदाब फार वाढलाय म्हणे. तरी मी त्याला सांगत होतो, मुलीच्या लग्नाची काळजी करू नकोस. कुणातरी ज्योतिषाला गाठ. त्याची मूठ चांगली ओली कर नि पोरीच्या पत्रिकेतला मंगळ हद्दपार करून टाक. तुम्हीच सांगा भाऊराव, या आजच्या जगात दाम कुठलं काम करीत नाही? तिकडं माणसं चंद्रावर जाऊन पिकनिक करण्याच्या गोष्टी बोलताहेत नि इकडे आमच्या चिंतोपंतांना मुलीच्या पत्रिकेतला मंगळ पाहून घाम फुटतोय. अशा भित्र्या भागुबाईच्या वाट्याला दु:खाखेरीज दुसरं काय येणार?'

रंगोपंतांनी टाळी करता हात वर केला. नाइलाजानं मी माझा हात वर केला. मुकाट्याने चिंतोपंतांच्या घरची वाट सुधारली. मनात सारखा विचार येत होता, हा चिंतू बालपणीच्या भोळ्या-भाबड्या कल्पनांच्या जाळ्यात अजून कसा वेड्यासारखा अडकून पडलाय!

चिंतोपंतांच्या घरी मी गेलो. त्यांच्या बिछान्याजवळ जाऊन बसलो. त्यांचा चेहरा फार ओढलेला, घाबरलेला दिसत होता. माझ्याशी काही बोलण्याऐवजी त्यांनी नुसतं डोळ्यात पाणी आणलं. मला वाईट वाटलं. मी म्हटलं, 'चिंतोपंत, मुलीच्या पत्रिकेतला मंगळ तो काय! ही गोष्ट मनाला लावून घ्यायची किती? अहो, उतारवयात नाना प्रकरच्या काळज्यानं रक्तदाब वाढतो.'

चिंतोपंत मलूलपणे हसले. म्हणाले, 'मुलीच्या लग्नाच्या काळजीनं माझा रक्तदाब वाढलाय म्हणून तुम्हाला सांगितलं कुणी? अहो, आमच्या आळीत गेले दोन-तीन आठवडे घनघोर लढाई सुरू आहे.'

या शब्दाचा अर्थ मला कळेना. मी आश्चर्यानं विचारलं, "म्हणजे काही दंगल वगैरे–"

चिंतोपंत उद्गारले, "नुसती दंगल नाही. आमच्या आळीचं कुरुक्षेत्र झालंय्." ते बोलणार इतक्यात तीन-चार लाऊडस्पीकर्सवरून कानठळ्या बसविणारे आवाज कानी पडू लागले. झाडून साऱ्या ध्वनिवर्धकावर चित्रपटातली गाणी किंचाळत होती. मूळची गोड गाणी भसाड्या आवाजात म्हटल्यासारखी वाटत होती. पाच मिनिटे अशीच गेली. मग चिंतोपंत उठून बसत बोलू लागले. ते जोरजोरानं बोलत होते तरी ध्वनिवर्धकांच्या गोंगाटात त्यांचे शब्द मोठ्या कष्टाने मला ऐकू येत होते. ते म्हणत होते, "आमच्या आळीत तीन मंगल कार्यालये आहेत. दोन लंगोटी वाचनालये आहेत. त्याशिवाय कुणाच्या घरी सत्यनारायण होतो, कुणाच्या मुलाचं जावळ काढलं जातं. प्रत्येक वेळी लाऊडस्पीकर भाड्यानं आणायचा आणि सकाळपासून रात्रीपर्यंत भाड्यानं आणलेल्या दहा-वीस रेकॉर्डस् त्याच्यावर लावायच्या. हा सारा बोंबबाजा सारखा चालू असतो. आता तुम्हीच सांगा, रक्तदाबाचा त्रास असलेल्या माझ्यासारख्या माणसाला या रणधुमाळीत झोप कशी येणार? लढाईतल्या तोफांचा भडिमार एक वेळ पुरवला. पण हे भयानक आवाज चारी बाजूंनी कानावर आदळू लागले की, डोक्यात कुणी धोंडे घातल्यासारखं वाटतं. या हलकल्लोळात पोरांचा अभ्यास काय डोंबलं होणार? आणि माझ्यासारख्याचा डोळ्याला डोळा कसा लागणार? डॉक्टर म्हणतात शांतपणे झोपा म्हणजे बरं वाटेल, पण तुम्हीच सांगा, अशा स्थितीत कुंभकर्णाला तरी झोप येईल का? बिऱ्हाड बदलावं म्हणून खूप धडपड केली, पण सध्याच्या घरटंचाईच्या काळात–"

उपदेश करणं नेहमीचं सोपं असतं. मी बोलून गेलो. 'रक्तदाबाच्या रोग्यानं मन शांत ठेवायला शिकलं पाहिजे. के कृष्णमूर्ति म्हणतात ना 'मन रिकामं करा. सारे विचार त्यातून काढून टाका.' थोडे दिवस असं केलं तर लवकर बरं वाटेल. औषधांचा उपयोग होईल.' हे बोलता बोलता खोट्या नाण्यांचा बद्द आवाज कानांना कळावा तसा स्वत:च्या शब्दांचा फोलपणा माझ्या लक्षात आला. मन विचारमुक्त करणं इतकं सोपं आहे का? स्वप्नातदेखील ते आपली क्षुद्र सुखदु:ख, कडू-गोड आठवणी आणि स्वार्थी, आंधळ्या इच्छा यांच्या भोवतीच पिंगा घालीत असतं.

चिंतोपंतांना सांभाळून राहण्याचा साळसूद उपदेश करून मी बाहेर पडलो. रस्त्यावर आलो. ठिकठिकाणी जोरजोरात सुरू असलेली कर्कश गाणी माझ्या कानावर येऊन आदळली. त्यांचे सूर म्हणजे बेसूर– एकमेकात मिसळून मोठा गोंगाट करीत होते. जणू त्यांची लढाई हातघाईवर आली होती. एका गाण्याचा आरंभ कष्टाने माझ्या लक्षात आला. तो होता, 'दाल रोटी खाना प्रभु के गुण गाना.' दुसरं गाणं काय असावं याचा चालता चालता मी विचार करू लागलो. पण त्यातल्या शब्दांचा मला काही क्षण बोध होईना. शेवटी ते गाणं, 'राया मला जवळ घ्याना' असे काही तरी असावे, असे वाटले. मी स्वत:शीच हसलो. हे 'दाल रोटी खाना' ज्या मंगल कार्यालयातून एखाद्या राक्षसासारखे ओरडत बाहेर पडत होते तिथली मंडळी दुपारी काळ्या बाजारातल्या साखरेची जिलबी चापणार आणि दुसऱ्या मंगल कार्यालयातली वधूवर अंतरपाटाच्या आड उभे असताना, 'राया मला जवळ घ्याना' हे शब्द कानावर पडताच लज्जेनं चूर होणार!

मी झटकन् आळीबाहेर पडलो. मनात उलटसुलट विचारांची गर्दी झाली. बसच्या गर्दीत उभं राहून घर गाठणं जिवावर आलं. नित्याच्या सवयीप्रमाणे छत्री बरोबर होतीच. थोड्या बाजूच्या रस्त्यानं मी चालू लागलो. वाटेत एकच विचार मला सारखा सतावीत होता, ही कानठळ्या बसविणारी, डोकं उठविणारी, भसाड्या आवाजातली गाणी कशासाठी लावली जातात. ती लावणाऱ्यांचं सुद्धा त्यांच्याकडं लक्ष नसतं. रस्त्यानं जाणारे-येणारे लोक आपल्या कामाच्या घाईत असतात. मग हा एवढा हल्लकल्लोळ दिवसभर चालू राहतो कशासाठी? मृच्छकटिकातल्या

चारुदत्ताला वधस्तंभाकडं नेत असताना मोठमोठ्यानं दवंडी पिटली जाते, 'लोक हो ऐका, ऐका वसंतसेनेचा वध करणारा चारुदत्त वधस्तंभाकडं नेला जात आहे.' वगैरे वगैरे. तशी ही मंगल कार्यालये तिथं साजऱ्या होणाऱ्या लग्नांची दवंडी पिटत असतात का? बारसं, सत्यनारायण किंवा एखाद्या मरतुकड्या वाचनालयाचा वाढदिवस यांच्यासाठी दिवसभर लोकांचे कान का किटवायचे? या निरर्थक गोंधळाचा आणि गोंगाटाचा अर्थ काय? मला उत्तर सापडेना. वाटलं; आपला देव वयानं वृद्ध झाला असेल, पण तिथलं सामाजिक मन अजून बालिशच राहिलं आहे काय? उथळ, पोरकट प्रदर्शनात गुंतून राहण्यात त्याला आजही ब्रह्मानंद वाटत असावा ना?

विचारांच्या तंद्रीतून मी एकदम जागा झालो. रस्त्यावर पुढं जायला वावच नव्हता. मुंग्यांसारखी माणसं पसरली होती. मला वाटलं– काही तरी भयंकर अपघात झाला असेल. भयानकाविषयी मानवी मनात जे विकृत कुतुहल असतं त्यानं ती सारी गर्दी खेचून आणली असावी!

दुसऱ्या क्षणी विचारांच्या नादात मी कुठं आलोय हे लक्षात आलं. या रस्त्याला एक आलिशान चित्रपटगृह नुकतचं झालं होतं. तिथं कुठला तरी नवा चित्रपट लागला असावा. त्याचा पहिल्या दिवसाचा पहिला, तो नाही तर दुसरा; तो जमला नाही तर तिसरा निदान चौथा खेळ पाहण्यास मिळावा म्हणून तिकीटं मिळविण्याकरता रांगा लागल्या होत्या. या गर्दीत सारे लोक सुखवस्तू किंवा बडे बापके बेटे होते थोडेच! अनेकांच्या चेहऱ्याकडं आणि कपड्याकडं पाहिलं म्हणजे आपला देश किती दरिद्री आहे याची साक्ष एका क्षणात पटत होती. पण ही सारी अबालवृद्ध मंडळी नव्या चित्रपटावर हर हर महादेव म्हणून तुटून पडण्याच्या आवेगात उभी होती. या गर्दीचा आणि कलाप्रेमाचा काडीचाही संबंध नव्हता. माझं अस्वस्थ मन म्हणत होतं हे शेकडो लोक आपलं काम-धाम टाकून असे का वागतात? ही मेंढरी मनोवृत्ती वेगानं येऊ घातलेल्या यंत्रयुगाशी सुसंगत आहे का? का चटके देणाऱ्या भोवतालच्या सत्यसृष्टीकडे पाठ फिरवून स्वप्न रंजनात मश्गूल होण्याचा हा प्रयत्न आहे?

बेचैन मन:स्थितीत मी दुसऱ्या रस्त्यानं घरी परतलो, पण सकाळचे दोन्ही अनुभव काही केल्या मनातून जाईनात. उन्हं उतरल्यावर फिरायला

बाहेर पडलो. माळावर कुठं तरी एकांतात जाऊन बसावं असं फार फार वाटत होतं. पण त्यासाठी काही काळ राजरस्त्यानं रखडत जाणं भाग होतं. रस्ता माणसांनी नुसता फुलून गेला होता. वाहनांचे, हॉटेलातल्या रेडिओचे, चालता चालता तारस्वरात बोलणाऱ्यांचे कर्कश, कर्णकटू आवाज परस्परांशी स्पर्धा करीत होते. हवेच्या प्रदूषणासारखा आवाजांच्या प्रदूषणाचा प्रश्नही आपल्या मानगुटीवर लवकरच बसणार आहे, या विचारानं मन अधिकच अस्वस्थ झालं.

रस्त्याच्या कडेनं मी हळूहळू चालत होतो. समोरून तिघे तरुण येत होते. सूत्रधार व त्याचे पारिपार्श्वक यांच्याप्रमाणं वाटणारे ते तिघं हातात हात घालून रस्त्याच्या मध्यभागातून चालले होते. तिघांच्याही खांद्यांना ट्रॅन्झिस्टर लटकलेले. त्यांच्यातून जोरजोराने गाण्यांचे सूर बाहेर पडत होते. ते तिघं काही बोलत होते. आपल्यापैकी दिलीप कुमार कोण, देवआनंद कोण आणि राजेश खन्ना कोण याविषयी बहुधा त्यांची चर्चा चालली असावी.

मी झपझप पाऊल उचललं व कशीबशी माळावरील पाऊलवाट गाठली. अडगळीच्या खोलीच्या कुबट वासातून बाहेर पडल्यासारखं मला वाटलं. एका खडकावर जाऊन बसलो. मन सारखं म्हणत होतं, 'सुरेंद्रनाथ बॅनर्जी, शिवराम पंत परांजपे, स्वातंत्र्यवीर सावरकर यांच्यासारख्या वाग्विलासाच्या सम्राटांना ध्वनिवर्धकाचा खराखुरा उपयोग. लाखा-दोन लाखाच्या काय दहा दहा लाखांच्या सभा त्यांनी गाजविल्या असत्या. श्रोत्यांना आपल्या चाकोरीतल्या जीवनातून चार घटका बाहेर काढून त्यांना उदात्त भावनांच्या आणि विचारांच्या स्वर्गात नेऊन सोडलं असतं. मी डोळे मिटले. चारी बाजूंनी दूरवर पसरलेला माळ माणसांनी गजबजल्यासारखा वाटू लागला. सुरेंद्रनाथांना मी कधी ऐकू शकलो नव्हतो. पण शिवरामपंत आणि सावरकर हे एका उंच व्यासपीठावर उभे असून श्रोत्यांना कसे हसवीत आहेत, रडवीत आहेत, फुलवीत आहेत, स्फुरण आणीत आहेत याची दृश्य माझ्या डोळ्यापुढून तरंगत जाऊ लागली. किती वेळ मी या सुखद आभासात बुडून गेलो होतो, हे माझं मलाच कळलं नाही.

मी डोळे उघडले. सूर्य केव्हाच मावळला होता. अंधार सर्वत्र पसरला होता. माळावर मी एकटाच होतो. मनात आलं ट्रॅन्झिस्टरचा

खरा उपयोग अशावेळी. एक विचित्र कल्पना मनात तरळून गेली. रॉबिन्सन क्रूसोच्या वेळी ट्रॅन्झिस्टर अस्तित्वात असता तर त्या निर्जन बेटावर त्याला माणसाची सोबत मिळाली असती.

पण हे सारं स्वप्नरंजन होतं. सत्य होती ती सकाळपासून मी पाहिलेली दृश्यं. एकाच विचारानं माझं मन कुरतडू लागलं. नवनवे शोध लावायचे पाश्चात्यांनी, पण त्या शोधामुळं निर्माण झालेल्या सुखसाधनांचा सदुपयोग करण्याची बुद्धीसुद्धा आमच्या ठिकाणी अजून निर्माण होऊ नये ना! केवढी शोकांतिका आहे ही. अग्नीच्या पहिल्या तेजस्वी स्फुल्लिंगापासून अणूच्या गर्भातल्या अद्‌भुत शक्तीपर्यंत लागलेले सारे शोध हे मानवी बुद्धीचे विजयस्तंभ आहेत. कुठल्याही यंत्राचा मानवी जीवनात प्रथमत: अवतार होतो तो एक वरदान म्हणून, पण आम्ही ही वरदानं लहान मुलाच्या खेळण्याप्रमाणं मानून त्यांच्याशी पोरकट चाळे करीत बसतो. विज्ञान देवाची खरीखुरी उपासना करायला आपण शिकलो आहो का? कुठल्याही देवाचा दगड करायचा आणि त्या दगडाची पूजा करीत बसायचे याच्या पलीकडे आपण कितीसे गेलो आहो? पाश्चात्यांचं आम्ही केवळ बाह्य अनुकरण करीत आलो, पण त्यांची शिस्त, त्यांची जिद्द, त्यांचा पराक्रम, त्यांची उद्योगशीलता, जिज्ञासा तृप्त करण्याकरता जीव पाखडण्याची त्यांची तयारी याचं आपण कितीसं डोळस अनुकरण केलं आहे? सकाळपासून मी पाहिलेली दृश्यं ही निरागस उत्सवप्रियतासुद्धा नव्हती. ते उत्सवप्रियतेचं विद्रूप विडंबन होतं.

अंधार दाटू लागला. सुस्कारा टाकून मी उठलो. नकळत बालपणीची अशीच एक कातरवेळ आठवली. खेळून घरी परतताना एका नातेवाइकांच्या घरी मी गेलो. तिथं इतर मुलांबरोबर अनुष्टुप छंदातली करुणाष्टकं म्हटली. त्या करुणाष्टकात पुन: पुन्हा येणारे 'बुद्धी दे रघुनायका' हे आर्त उद्‌गार मला आठवले. नकळत माझे डोळे आकाशाकडं वळले. लक्षावधी तारकांच्या डोळ्यांनी आमच्याकडं पाहणाऱ्या त्या विश्वात्मक शक्तीला, हात जोडून मी पुटपुटलो 'बुद्धी दे रघुनायका!'

□

सांडगे, पापड आणि कंपनी

तिसऱ्या प्रहरचा चहा होताच सौभाग्यवती जामानिमा करून बाहेर जायला निघाली, तेव्हा मी चकित झालो. मी उद्गारलो, "अगं, एवढ्या उन्हात कुठं चाललीस? इकडं डॉक्टरांची बिलं भरायची, टॉनिक घ्यायची आणि इकडं–"

ती स्थितप्रज्ञाच्या मुद्रेनं माझ्याकडं पाहात म्हणाली, "सूनबाईच्या सख्या जमणार आहेत आत्ता. त्यांच्या चहा-पाण्याची सारी व्यवस्था झालीय. मग उगीच– म्हणतात ना तरण्यात म्हातारी लांबोडी–"

संशयकल्लोळातल्या कृत्तिकेप्रमाणे, आता कोणती नवी म्हण सौ. च्या तोंडून बाहेर पडणार याचं आकलन मला होईना. पण एका झटक्यात ती एवढं बोलून गेली असली तरी 'लांबोडी' शी 'कोंबडी' खेरीज यमक जुळणारा दुसरा शब्द न सुचल्यामुळे, ही शाकाहारी बाई तशीच थांबली! मी थट्टेनं म्हटलं, "जसं बाळगोपाळांचं जग निराळं, म्हाताऱ्या-कोताऱ्यांचं जग वेगळं, तस तरुण माणसांचं जग आगळंच असणार! प्रेक्षक म्हणून हे जग पाहायला काय हरकत आहे. आपल्या लहानपणी आळीतल्या चार घरच्या बायका एकत्र जमत. सांडगे-पापड करताकरता उभ्या आळीत काय चाललंय याची खमंग चर्चा करीत. कॉलेजातली मुलं या संमेलनाला सांडगे, पापड आणि कंपनी म्हणत असत!" विषय बदलीत, सौ. म्हणाली, "किती तरी दिवस इस्पितळात त्या शालुताई पडून आहेत. पाय घसरून मोरीत पडल्याचं निमित्त झालं– काट्याचा नायटा होतो म्हणतात ना? समाचाराला जाऊन यावं, असं रोज घोकते मी; पण मेलं जमतच नाही कधी. म्हटलं–" पायात

चपला सरकवून ती व्हरांड्याच्या पायऱ्या चटचट उतरून गेली.

हळूहळू सूनबाईच्या चारपाच मैत्रिणी जमल्या. त्यातल्या एकदोन गाडीवाल्या होत्या. बाकीच्या बसवाल्या असाव्यात. त्या आत जाऊन बसल्या. बाहेर मी बसलो आहे याची जाणीव असल्यामुळे की काय पहिली पाचदहा मिनिटं त्यांचे आवाज पाखरांच्या किलबिलाटासारखे वाटत होते. पण त्याला लवकरच कलकलाटाचं स्वरूप आलं. साऱ्या जणी मोकळेपणानं हसत खिदळत बोलू लागल्या. मला स्पष्टपणे त्यांचं बोलणं ऐकू येऊ लागलं. पूर्वी कॉलेजात 'शाकुंतल', शिकवताना दुष्यंत आडोशाला उभा राहून शकुंतला, अनसूया आणि प्रियंवदा या तिघींचं मोकळ-चाकळं संभाषण ऐकतो हा प्रसंग मी खुलवून सांगत असे. माझं मलाच हसू आलं. वाटलं, आज त्या दुष्यंतासारखाच मी वागतोय, फरक एवढाच की, त्या दुष्यंताची जागा कण्वानं घेतली.

आतल्या गप्पा रंगात आल्या, बोलणं चाललं होतं, 'बॉबी' या गरमागरम चित्रपटाविषयी एक मैत्रीण सांगत होती, 'तीनच्या शोसाठी रिक्षा करून एक वाजताच गेलो आम्ही. पण तिथं आषाढी-कार्तिकीला पंढरपूरला गर्दी होते अगदी तश्शी– शेवटी सहाच्या शोची तिकिटे मिळाली कशीबशी, दहा वाजले घरी परतायला.' दुसरी मोठ्यानं हसून म्हणाली, "अगं, या बॉबीची खरी गंमत निराळीच आहे. आमच्या शेजारच्या घरात किनई साठ वर्षांच्या वडिलांनी शाळेत जाणाऱ्या आपल्या मुलाला 'बॉबी' पाह्यचा नाही, असं बजावलं. पण शेवटी दोघांची थिएटरात एकाच रांगेतल्या खुर्च्यांवर गाठ पडली. म्हणतात ना गाठ पडली ठकाठका–" तिसरी उल्हासानं चीत्कारली, "अहो, खरी मौज निराळीच आहे यापेक्षा. आमच्या आऊट हाऊसमध्ये कॉलेजचे विद्यार्थी राहतात ना त्यातला एक सांगत होता. 'बॉबीत प्रेमात पडलेल्या जोडप्याच्या घट्ट घट्ट मिठ्या किती आहेत हे मोजायला विद्यार्थी पुनःपुन्हा तो पाहताहेत म्हणे. एकानं त्या सतरा असल्याचा शोध लावला. त्या सोळा आहेत का अठरा आहेत, हे ठरविण्यासाठी पुन्हा पाहणार आहेत ते सारेजण."

आत भला मोठा हशा उसळला, त्या हशात पुढचं बोलणं मला ऐकू आलं नाही. पण या साऱ्या बोलण्यात चित्रपटाची कथा, कलागुण, सामाजिक आशय वगैरे गोष्टींविषयी चकार शब्दही नसावा!

आत शांतता प्रस्थापित झाल्यावर पुन्हा त्या मैत्रिणींची बोलणी ऐकू येऊ लागली. आता विषय होता कुठली तरी बाबी! कॉलेजात तिनं एका बाबाशी सूत समवलं. दोघांची जात निराळी, बाबीचा घराबाहेरचा वेळ कुठं जातो याचा आईबाबांना पत्ता नव्हता. शेवटी ती दोघं पळून गेली. कुठल्याशा तीर्थक्षेत्री जाऊन त्यांनी लग्न केलं म्हणे! पण बाबीचा बाप काही कच्च्या गुरूचा चेला नव्हता. त्याला हे लग्न मंजूर नव्हतं. त्यानं त्या बाबाला बोलावून घेतलं, व्यापारी पेशामुळं चांगला गडगंज काळा पैसा हातात होता. बाबाला सोन्यासारख्या बायकोपेक्षा खरं सोनं अधिक मोलाचं वाटलं झालं, बाबी मोकळी झाली. तिच्या श्रीमंत वडिलांनी लग्नघाई करून दूरचं चांगलं स्थळ शोधलं. बाबीवर अक्षता पडल्या. झालं गेलं सारं गंगेला मिळालं.''

हे कथाकथन झाल्यावर शेरे ऐकू येऊ लागले, ''इश्श, असलं कसलं बाई हे प्रेम, प्रेम म्हटलं म्हणजे–'' ''ही पोरं नि पोरी काय काय थेरं करतील!''

हे शेरे ऐकता ऐकता माझ्या मनात आलं, या साऱ्या तरुणींच्या संसारात प्रेमगंगा कशी दुथडी भरून वाहत असते, याची नोंद करणारा, चित्रगुप्त जगात नाही म्हणूनच या इतरांच्या आयुष्यातल्या घटनांची अशी चिरफाड करू शकतात. आपल्या अंतर्मनाचा तळ प्रामाणिकपणे शोधला तर–''

घंटा होऊन पडदा उघडावा आणि तिसरा अंक सुरू व्हावा तसं आत काही तरी घडलं. रंगमंच बदलला, गप्पांच्या गाडीने रूळ बदलले. गावात कुणी स्वामीजी आले होते. त्यांच्या भाषणांना गर्दी लोटत होती. आपल्या बहुतेक तरुण मैत्रिणींनी त्यांच्या ब्रह्मज्ञानाचा लाभ घेतला होता. माझी उत्सुकता वाढली. स्वामीजी आजच्या भयग्रस्त व प्रवाहपतित समाजाला कोणता आध्यात्मिक संदेश देतात हे ऐकण्याकरता मी कान टवकारले. पण स्वामीजींचे शिकवणुकीतले एक अक्षरही माझ्या कानावर पडलं नाही. आत बोलणं चाललं होतं त्यांच्या एका शिष्येविषयी. ती किती मॉर्डन दिसते, तिनं बॉबकट कसा केला आहे? ब्रह्मज्ञानाशी बॉबकटचं काही नातं आहे किंवा काय अशा गोष्टींचं खिदळत चर्वितचर्वण चाललं होतं. सूनबाई यजमानीण असल्यामुळे तिचे शेरे-ताशेरे मला ऐकू आले नाहीत. बहुधा ती चहाफराळाची व्यवस्था करीत असावी.

माझं लहानपण डोळ्यांपुढं उभं राहिलं. त्यावेळी सांडगे-पापड व कंपनीत अशाच गप्पागोष्टी चालायच्या; शेजारपाजाऱ्यांची वर्म चविष्टपणानं सांगितली जायची. पण त्या कंपनीत एक गोष्ट बरी होती. त्या बायका ठकू आत्या किंवा ठमा मावशी यांच्यावर तोंडसुख घेत असल्या तरी त्याचे हात कामात गुंतलेले असत. आता त्या कंपनीचं नाव 'बॉबी, बॉबी आणि कंपनी', असं ठेवायला हरकत नाही. या मधल्या काळात पन्नास-साठ पावसाळे आले आणि गेले. स्त्रिया सर्रास शिकू लागल्या.त्यांच्या दृष्टीचं क्षितिज विस्तारलं. त्या पूर्वीच्या कोंडवाड्यातून बाहेर पडल्या. इ. शब्दप्रयोग रूढ झाले. पण खरोखरच त्यांच्या स्वत:कडे, संसाराकडे, समाजाकडे आणि जीवनाकडे पाहण्याच्या दृष्टीत काही मूलभूत फरक पडला आहे काय?

अंगात वारं यावं तसा दीर्घकाळ झोपी गेलेला माझ्यातला संस्कृत शिक्षक जागा झाला. हितोपदेशातला 'काव्य शास्त्रविनोदेन' हा श्लोक डोळ्यांपुढं नाचू लागला. वाटलं, आतल्या खोलीत जावं. या सर्व तिशीतल्या स्त्रियांना म्हणावं 'बायांनो, सुदैवानं तुम्हाला उच्च शिक्षणाचा लाभ झाला. पण त्याचा तुम्ही काही सदुपयोग करीत आहात का? तुम्हाला शिक्षण मिळून तुम्ही सुसंस्कृत व्हावं महणून जिवाचा आटापिटा करणारे महात्मा फुले, ईश्वरचंद्र विद्यासागर, आगरकर, महर्षी कर्वे, स्वामी विवेकानंद यांची तुमच्या विषयीची स्वप्नं काय होती? त्यांची सोनेरी स्वप्नं–'ब्रह्मचारीतला औदुंबर' माझ्या अंगात संचारला की काय असा माझा मलाच भास झाला. हसू आलं. माझ्यासारख्या वृद्धानं आजच्या जमान्यात असला प्रश्न विचारणं शुद्ध वेडगळपणाचं ठरलं असतं.

तसं पाहिलं तर या बायकांनाच बोल लावण्यात काय अर्थ आहे. चिंतोपंत, रंगोपंत, मी असे उतारवयातले वृद्ध काय किंवा ऐन उमेदीत आजची तरुण पुरुष मंडळी काय, आम्ही भेटलो म्हणजे अशा कोणत्या महत्त्वाच्या विषयांवर गप्पागोष्टी चालतात. चावून चोथा झालेलं राजकारण, अमक्या कमिशनमुळे आपल्या पगारात किती वाढ होईल, टंचाई आणि महागाई यांनी दररोजचं जीवन– म्हणजे जेवण– किती बेचव करून टाकलं आहे? जिथं तिथं भ्रष्टाचार भस्मासुरासारखा कसा बोकाळला आहे, अमक्या कॉलेजच्या स्नेहसंमेलनाच्या वेळी प्राचार्यांना पोलीस

मदत कशी घ्यावी लागली? तमक्या प्राध्यापकाने पीएच्. डी. कशी मिळवली? परवाचा विमानाचा अपघात किती भयंकर होता! इ. विषयांचा अशा वेळी काथ्याकूट होत राहतो. घराच्या चार भिंतींच्या आतच आपला स्वर्ग आणि नरक आहे असं मानण्याच्या पांढरपेशांच्या प्रवृत्तीनं पुरुषात तरी निराळं वळण घेतलं आहे का? बाह्यतः आमच्या गप्पांचे विषय बदलले पण अंतरंगात पुरुषांची गप्पांची बैठकसुद्धा पन्नास वर्षांपूर्वीचीच राहिली आहे– 'चहा-चिवडा आणि कंपनी.' सांडगे-पापड आणि कंपनी काय किंवा चहा-चिवडा आणि कंपनी काय दोन्ही कंपन्या खासगी! त्यांच्या सभासदांना मर्यादित संख्येचं बंधन नाही! दोन्ही कंपन्या प्रायव्हेट, अन्‌लिमिटेड!

मी एकदम चमकलो. परवाच मी सौ. ला साळसूदपणे उपदेश केला होता. 'कालप्रवाहाबरोबर सामान्य माणूस वाहत जातो. त्याला वाहत जाण्याशिवाय दुसरी गती नसते.'

कालप्रवाह अचानक एखाद्या उंच कड्यावरून कोसळतो. तिथं धबधबा निर्माण होतो. गवताच्या काड्यांची आणि कागदी होड्यांची गोष्ट तर सोडूनच देऊ. पण पट्टीचे पोहणारेसुद्धा त्या वेगवान प्रवाहात वाहून जातात. गेल्या दोन तपात यंत्रयुग, औद्योगिक संस्कृति, भौतिक जीवनाची महती आणि परंपरागत नैतिक मूल्यांचा विध्वंस या चौकडीनं आपले सारे जीवनच अंतर्बाह्य ढवळून काढले आहे. त्याचे रंग क्षणाक्षणाला बदलत आहेत. या विलक्षण समुद्रमंथनातून कोणती रत्नं बाहेर पडणार आहेत, त्यातलं हलाहल आनंदानं स्वीकारणारा कैलासाचा राणा केव्हा निर्माण होणार आहे ते भविष्यकाळच सांगू शकेल. आजची बहुतेक लहानमोठी माणसं हातातली कळसूत्री बाहुली होऊन बसली आहेत. अशा बाहुल्यांकडून स्वतंत्र विचार आणि परखड आचार यांची अपेक्षा करण्यात काय अर्थ आहे?

सूनबाईच्या मैत्रिणी जायला निघाल्या. जाताना प्रत्येकजण शिष्टाचार म्हणून मला नमस्कार करीत होती. प्रतिनमस्कार करताना मी मनात म्हणत होतो, 'सांडगे, पापड आणि कंपनी झिंदाबाद. चहा-चिवडा आणि कंपनी झिंदाबाद!'

□

जय जय परब्रह्म!

गेला पंधरवडा मी घराबाहेर पडलो नव्हतो. चिंतोपंतांची काही खबर कळली नव्हती. या पंधरवड्यात स्वारी माझ्याकडं फिरकली नाही! त्यांचा रक्तदाब बहुधा कमी झाला नसावा! फ्ल्यूने चांगला हात दाखविल्यामुळं गावात जाणं मलाही जमलं नाही. उतावयातलं शरीर म्हणजे जीर्ण झालेली इमारत. वळवाच्या एखाद्या सरीचा मारा सोसण्याची ताकदसुद्धा तिच्या अंगी उरलेली नसते. शेवटी मनाशी ठरविलं. स्थानिक पत्र पाठवून चिंतोपंतांच्या प्रकृतीची चौकशी करावी.

पत्र लिहायला बसलो. इतक्यात बाहेरून रंगोपंतांची हाक आली. स्वारीचं आगमन का झालं असावं याचा तर्क मला करता येईना. मी उठून बाहेर यायला निघालो तोच चिंतोपंतांची ललकारी ऐकू आली. ''काय भाऊराव, काय चाललंय?''

आश्चर्यचकित होऊन मी बाहेर आलो. नवल वाटत होतं ते एका गोष्टीचं. फारसं सूत नसलेली ही दुक्कल रंगोपंत-चिंतोपंत माझ्याकडं का आली असावी?

बाहेर येताच दारात उभ्या असलेल्या चिंतोपंतांकडं मी पाहिलं. त्यांचा चेहरा चांगला तरतरीत दिसत होता. गृहस्थ रक्तदाबानं आजारी असावा अशी शंकासुद्धा घेणं मूर्खपणानं ठरलं असतं!

आम्ही तिघेही बैठकीवर बसलो. चिंतोपंतांना मी म्हणालो, ''तुमच्या डॉक्टरांचा हातगुण चांगला दिसतो हं. दोन आठवड्यात खडखडीत बरं केलं त्यांनी तुम्हाला!''

चिंतोपंत गंभीर मुद्रेनं उत्तरले, ''कसला हातगुण घेऊन बसलात, डॉक्टरांचे

हात असतात रोग्यांच्या खिशात. ते मला रोज गोळ्या चारीत होते नि मी लढाईच्या गोळ्या खाणाऱ्या एखाद्या सैनिकाप्रमाणं त्या खात होतो.''

माझं आश्चर्य दुणावलं. मी उत्सुकतेनं विचारलं, ''मग काय डॉक्टर बदलून वैद्यांचं औषध सुरू केलं?''

खिंकाळत रंगोपंत म्हणाले, ''कुठले वैद्य घेऊन बसलात. आपल्या शाळेत शास्त्रीबुवांनी शिकवलेला तो श्लोक वैद्यराज आणि यमराज हे, सख्खे भाऊ आहेत असं काही तरी त्या श्लोकात–''

माझं आश्चर्य शतगुणित झालं. मी विचारलं, ''मग हा चमत्कार कसा घडला. मला तरी त्याची गुरुकिल्ली द्या. पंधरा दिवस रखडतोय मी फ्ल्यूनं.''

चिंतोपंत आणि रंगोपंत एका सुरात म्हणाले, ''ती गुरुकिल्लीच तुम्हाला दाखवायला आलोय आम्ही.'' मला त्यांचे बोलण्याचा अर्थच कळेना. मी आळीपाळीनं दोघांकडं टकमक पाहू लागलो.

रंगोपंत विजयी वीराच्या मुद्रेनं कथन करू लागले. ''भाऊराव, मी सांगतो त्यावर विश्वास बसायचा नाही तुमचा. पण हे खरे आहे की नाही हे चिंतोपंतांनाच विचारा. त्यांच्या सूनबाईकडं माझी नात शिकवणीला जाते ना! हे सारखे अंथरुणावर पडून असतात असं ती रोज सांगायची मला. एके दिवशी मी गेलो स्वारीकडं पकड वॉरंट घेऊन. काढलं महाराजांनाच बाहेर. तडक स्वामीजींच्या दर्शनाला घेऊन गेलो. तुम्हाला पत्ताही नसेल, पण गेला महिनाभर एका महाविभूतीची प्रवचनं सुरू आहेत इथं. श्रोत्यांची नुसती झुंबड उडते रोज! केवढा मोठा हॉल! पण– माणसांना पुरत नाही. स्वामीजी नुसत्या नेत्र कटाक्षाने मोठमोठे रोग बरे करतात. चिंतोपंतांना त्यांच्याकडे मी नेलं. स्वामीजींनी पाच मिनिटं नुसतं टक लावून पाहिलं. घटकाभरात यांना आराम पडला. सारखं जड वाटणारं डोकं हलकं झालं. विचारा हवं तर त्यांना!''

चिंतोपंतांनी मान डोलावली. नकळत मला नंदी बैलाची आठवण झाली. पण मुद्रा गंभीर ठेवून मी त्यांना म्हटलं, ''पंत, डॉक्टरांच्या औषधानं रक्तदाब खाली येण्याइतकी तुमच्या प्रकृतीत सुधारणा होत आली असेल नि नेमकं याचवेळी रंगोपंतांनी तुम्हाला स्वामीजींच्या दर्शनाला नेलं असेल. बोलाफुलाला गाठ पडते कधी कधी अशी!''

रंगोपंत रागानं माझ्याकडं पाहात म्हणाले, ''तुम्ही लहानपणापासूनच पाखंडी! स्वामीजींच्याकडे एकदा चला म्हणजे महिनाभरात त्यांनी रोगमुक्त

केलेली माणसेच दाखवितो तुम्हाला! कुणाची डोकेदुखी, कोणाची पोटदुखी!''

मी थट्टेच्या स्वरात प्रश्न केला, ''दर्शनाला येऊन बऱ्या न झालेल्या रोग्यांची यादी करून ठेवली आहे का कुणी? रंगोपंत, तुमच्या या गुरुमाऊलीपाशी असली अद्भुत्शक्ती असली तर तिनं प्रवचनात वेळ घालविण्यापेक्षा मोफत दवाखाना उघडणं चांगलं! गोरगरिबांवर मोठे उपकारच होतील.'' लगेच मी अवखळपणानं प्रश्न केला, ''हे स्वामीजी म्हणजे बॉबकट केलेली एक सुंदर पट्टशिष्या आहे ना यांची? परवा सूनबाईंच्या मैत्रिणी असं काहीतरी बोलत होत्या.''

रंगोपंतांचा पारा आता खूप चढला. ते रागारागाने म्हणाले, ''ही फालतू चर्चा कशाला हवी? हा सूर्य आणि हा जयद्रथ असंच होऊ दे. भाऊराव, आहात कुठं तुम्ही. फुत्कार करीत अंगावर चालून आलेल्या नागाला स्वामीजींनी नुसत्या दृष्टीने जागच्या जागी खिळवून ठेवलं होतं. ही झाली ऐकीव गोष्ट, पण परवा आम्ही डोळ्यांनी पाहिलेली गोष्ट– मेलेला ढेकूण स्वामीजींनी एका क्षणात जिवंत केला.''

रंगोपंत 'जितंमया' अशा दृष्टीने माझ्याकडे पाहात होते. त्यामुळेच की काय मी बोलून गेलो, ''अहो, हे ढेकूण मोठे लुच्चे असतात. ते गनिमी काव्याने लढत राहतात. हवं तेव्हा मेल्याचं सोगं घेऊन पडतात. रात्री दिवा लावलात की लपून बसतात. दिवा मालवला की तुमच्यावर हल्ला करायला तयार. ते जाऊ दे. मला एवढंच सांगा. माणसाला चावून चावून त्याचं रक्तशोषण करणारा ढेकूण मारल्यावर त्याला पुन्हा जिवंत करण्याचा जगाला काय फायदा आहे?''

चिंतोपंत मध्येच म्हणाले, ''अहो, ब्रह्म सर्वत्र आहे ना! जसं ते तुमच्या आमच्यात आहे, तसं ते ढेकणाच्या ठिकाणी आहे!''

माझ्याकडं क्रुद्ध मुद्रेनं पाहात आणि दोन्ही हात जोडून कपाळाकडं नेत रंगोपंत म्हणाले, ''आमची शरणचिठ्ठी आहे तुम्हाला. स्वामीजीच तुमचं समाधान करू शकतील.''

संभाषणाची गाडी रुळावर आणावी म्हणून चिंतोपंत सारखे चुळबूळ करीत होते. ते मध्येच म्हणाले, ''एका कामासाठी आलो होतो आम्ही.'' मी काहीच बोललो नाही. ते चाचरत सांगू लागले, ''स्वामीजींना मानपत्र देणार आहोत आम्ही. प्रौढ सुंदर अलंकारिक भाषेत ते लिहायला हवं. तुम्ही संस्कृतचे प्राध्यापक म्हणून आम्ही मुद्दाम तुमच्याकडे...''

रंगोपंतांना आज मित्रप्रेमाचा पुळका आलेला दिसला. माझ्या पाठीवर थाप मारीत ते उद्‌गारले, "भाऊराव, तुमची मतं काहीही असोत. मित्रकार्य म्हणून हे काम करायला हवं तुम्ही! स्वामीजींची माहिती घेऊन आलोय आम्ही!" बाजूला ठेवलेल्या पिशवीतून त्यांनी एक अल्बम काढलं, मग एक छापील पुस्तिका माझ्या हातात देत ते म्हणाले, 'हे स्वामीजींचे छोटे चरित्र. हा त्यांचा दर्शनाचा संग्रह.'

ईश्वरी साक्षात्कार झालेले हे आधुनिक संत नवविवाहित जोडप्याप्रमाणे उठल्या सुटल्या आपले फोटो का काढून घेतात आणि श्रीमंतीचं प्रदर्शन करण्याचा सोस असलेल्या व्यक्तिप्रमाणं फोटोचे संग्रह का करतात? हा प्रश्न माझ्या जिभेच्या शेंड्यापर्यंत आला. पण वादंग वाढेल म्हणून मी मुकाट्यानं रंगोपंतांकडून अल्बम घेतला आणि मधेच उघडला. स्वामीजी मोठ्या प्रफुल्लित मुद्रेनं पाईप ओढीत बसले आहेत असं ते दृश्य होतं. त्यांच्या समोर अद्यावत केशभूषा आणि वेषभूषा केलेले स्त्री-पुरुष त्यांचा शब्द न शब्द झेलण्याकरिता विनम्र मुद्रांनी बसले होते. गीतेच्या प्रारंभीच्या चित्रात अर्जुन दिसतो ना तसे ते भासत होते. स्वामीजींच्या तोंडून मन:शांती देणाऱ्या अध्यात्मापेक्षा धूम्रनलिकेतून धूरच अधिक बाहेर पडत असावा!

मला हसू आलं. रंगोपंतांच्या ते लक्षात आलं असावं. ते म्हणाले, "अहो आम्ही काही बुद्दू नाही. तुमच्या मनातली शंका आमच्याही मनात आली होती. स्वामीजींना धूम्रपान कसं चालतं? मी धीर करून त्यांना तसं विचारलं. त्यांनी लगेच विवेकानंदांची गोष्ट सांगितली. अमेरिकेत एका स्त्रीच्या घरी विवेकानंद पाहुणे म्हणून गेले होते. त्या बाईला धूम्रपानाचा मनस्वी तिटकारा होता. पण फराळ झाल्यावर विवेकानंदांना पाईप ओढण्याची लहर आली. त्यांनी धूम्रपानास सुरुवात केली. इतक्यात आत आवराआवर करीत असलेली यजमानीण बाहेर आली. ती रागारागाने त्यांना म्हणाली, 'हे शोभतं का तुम्हाला स्वामीजी? माणसानं धूम्रपान करावं अशी परमेश्वराची इच्छा असती तर त्यानं तो धूर बाहेर जायला त्याच्या डोक्याला धुरांड ठेवलं नसतं का?' विवेकानंदांनी हसत उत्तर दिलं, 'पण परमेश्वरानं माणसाला बुद्धी दिली आहे ना, त्या बुद्धीच्या बळावर त्यानं पाईप शोधून काढला.'"

विवेकानंदांची विनोद-बुद्धी या चुटक्यावरून सिद्ध होते. पण संन्याशाला धूम्रपान आवश्यक आहे असं तात्पर्य त्यातून काही निघत

नाही. असं काही तरी मी बोलणार होतो. पण चिंतोपंत मधेच उल्हासित मुद्रेनं म्हणाले, "भाऊराव तुम्हाला एक आनंदाची बातमीच सांगायचं राहून गेलं. मी मुलीच्या लग्नाच्या काळजीत होतो ना. स्वामीजींनी ते कसं ओळखलं देव जाणे. ते अचानक मला म्हणाले, 'चार महिन्यात तुमच्या मुलीचं लग्न होईल. तिच्या पत्रिकेतल्या मंगळाबिंगळाची काही काळजी करू नका. आहे, मंगळ हा शब्द मुळात मंगल आहे.'"

मी रंगोपंतांकडे सूचक नजरेनं पाहिलं. त्यांनी माझ्या दृष्टीला दृष्टी दिली नाही. चिंतोपंतांची सारी माहिती स्वामीजींना रंगोपंतांनच दिली असावी. हा मला आलेला संशय माझ्या दृष्टीतून प्रगट झाला की काय कोण जाणे! रंगोपंत लगबगीने उठले. चिंतोपंतांना त्यांनी उठण्याची खूण केली. मग माझ्याकडे वळून ते म्हणाले, "दोन तीन दिवसात मानपत्राचा कच्चा खर्डा तयार करा हं. पुढल्या आठवड्यात मोठ्या थाटामाटाने स्वामीजींना ते अर्पण करायचा बेत आहे आमचा!"

दोन्ही पंत लगबगीने निघून गेले. मी हातातली पुस्तिका उघडली. पहिल्या पानावरल्या चार पाच ओळीखाली तांबड्या पेन्सिलच्या खुणा होत्या. कुतुहलाने मी त्या वाचल्या. स्वामीजींचा कुलवृत्तांत त्यात होता. त्यांचे खापरपणजोबा बाल ब्रह्मचारी होते. त्यांची पन्नाशी उलटल्यावर कैलासनाथांनी स्वप्नात येऊन "तुझ्या कुळात मी जन्म घेणार आहे. त्यासाठी तुला लग्न केलंच पाहिजे. तुझा खापरपणतू महान योगी होऊन जगाचा उद्धार करील असं सांगितलं! बिचारे खापरपणजोबा काय करणार. देवाधिदेवाची आज्ञा मोडणं त्यांना शक्य नव्हतं. त्यांनी नाईलाजानं एका दहा बारा वर्षांच्या चिमुरड्या पोरीशी लग्न केलं. वगैरे वगैरे..."

हा मजकूर वाचून हसावं की रडावं हे मला कळेना. माणसानं आपल्या जन्माचं खापर फार झालं तर आपल्या आई-बापांच्या डोक्यावर फोडावं. तेवढ्यासाठी कधी काळी होऊन गेलेल्या खापरपणजोबांना स्वर्गातल्या उच्चासनावरून या मृत्यूलोकात फरफटत कशाला आणायचं?

या चमत्कारातून सहीसलामत बाहेर पडून मी पान उलटलं. दुसऱ्या पानावर मध्यभागी पुष्कळशा ओळीवर खुणा होत्या. स्वामीजींनी निरनिराळ्या देशात निरनिराळ्या काळी कोणकोणते जन्म घेतले याचं सुरस आणि चमत्कारपूर्ण कथन या मजकुरात होतं. पाचही खंडात वेळोवेळी अवतार घेऊन साऱ्या पृथ्वीला त्यांनी पुनीत केलं होतं!

आफ्रिकेतल्या सिंहाच्या शिकारीचा रोमहर्षक अनुभवापासून ऑस्ट्रेलियातल्या तिळं झालेल्या स्त्रीच्या प्रसूतिवेदना अनुभवण्यापर्यंत विविध प्रकारच्या प्रसंगातून ते गेले होते. वाचकांचं सुदैव हेच की, अमेरिकेचा शोध लावणारा कोलंबस मीच होतो किंवा अठराव्या शतकाच्या अखेरीला युरोपच्या भूमीवर पापाचा भार वाढल्यामुळे तो हलका करण्यासाठी नेपोलियनच्या रूपानं मीच अवतरलो होतो असलं काही या पानावर छापलं नव्हतं. ते छापलं असतं तरी या स्वामीजींचं कोण काय करणार होतं?

चिंतोपंत काय, रंगोपंत काय किंवा मी काय आम्ही सामान्य संसारी माणसं. फक्त स्वत:च्या सुखदु:खापुरता विचार करणारी! जे सुखकारक वाटते ते वाढत राहावं आणि जे दु:खदायक भासतं ते नेहमी कमी होत जावं म्हणून धडपडणारी! दुबळ्या मानव कुडीत तिच्यापेक्षाही दुबळ्या मनानं जगणारी. अशा कोट्यवधी लोकांना या जगात एक सर्वसाक्षी, समर्थ परमतत्त्व आहे या श्रद्धेचा मोठा दिलासा वाटणं स्वाभाविक आहे. लहान मूल कुठलंही गाऱ्हाणं सांगायला जसं आईकडं धावत जातं, तशी ही मंडळी साध्यासुध्या संकटातसुद्धा देवाला साकडं घालतात. विश्वाच्या केंद्रस्थानी असलेल्या शक्तीचा साक्षात्कार व्हावा म्हणून करावी लागणारी उग्र तपस्या अशा माणसांच्या हातून होणं अशक्य आहे. मात्र अशा चिंतोपंतांना आणि रंगोपंतांना धर्म आणि अध्यात्म यातले दलाल कशासाठी लागतात हे कोडं नीट उलगडतच नाही. दुर्दैवाने आध्यात्मिक क्षेत्रातले दलालसुद्धा बहुधा बाजारातल्या दलालांपेक्षा फारसे निराळे नसतात! हे दलाल माणसाची दुबळी आत्मशक्ती सबळ करण्याच्या फंदात न पडता आपल्या चिल्लर चमत्कारांचा डंका अहोरात्र पिटीत राहतात. पण आजपर्यंत या पृथ्वीतलावर केलेले चमत्कार एकत्र केले तरी त्यांनी जगाचं असं काय मोठं कल्याण केलं आहे? या चमत्कारानी माणसाच्या अमंगलाकडून मंगलाकडे होणाऱ्या अतिमंद प्रवासाला कितीशी मदत केली आहे? हे लक्षात येईल.

धुळीचं वादळ उठून भोवतालचं काही दिसू नये तशी माझ्या मनाची स्थिती झाली. इतक्यात रंगोपंतांची हाक माझ्या कानावर आली. मी दचकून वर पाहिलं. धापा टाकीत वर आलेले रंगोपंत म्हणत होते, "अहो भाऊराव, एक सांगायचं विसरून गेलो मी. त्या मानपत्राचा मथळा, 'जय जय परब्रह्म' असा ठेवायचा हं!"

□

लोक काय म्हणतील?

गाडी सुटण्याची वेळ झाली. मी सूनबाईला म्हटलं नवऱ्याची आणि मुलांची गैरसोय करून तू इतके दिवस इथं राहिलीस, त्यामुळे तुझ्या सासूबाईंची प्रकृती सुधारली. तू आली नसतीस तर माझी काही धडगत नव्हती. तिचं दुखणं बारीक तापावर जातंय की काय, असं भय वाटत होतं मला!

सूनबाई किंचित हसून उद्‌गारली, ''त्यांची प्रकृती सुधारली हे बघून फार फार बरं वाटलं मला, आज मुद्दाम मला आवडणाऱ्या गुळपोळ्या करायला बसल्या त्या. नातवंडांसाठी बरोबर डबाही भरून दिलाय त्यांनी.''

सौ. च्या सुगरणपणाची थट्टा करणारा काहीतरी शेरा (तिला पाक-कला सम्राज्ञी असा किताबच द्यायला हवा!) मी मारणार होतो. इतक्यात एक केळीवाला आपल्या मालाची संगीत जाहिरात करीत आमच्या डब्याकडे आला. केळी सुरेख दिसत होती. चांगली पिकली होती. मी त्यातली अर्धा डझन घेतली आणि सूनबाईला म्हटलं, 'ही असू देत प्रवासात तुझ्याबरोबर! हल्ली गाड्यांचं आणि घड्याळाचं नातं उरलेलं नाही. पोचायला भलताच उशीर झाला तर–'

त्या केळ्यातली दोन काढून घेत ती मला म्हणाली, ''ही चार घेऊन जावीत घरी. घरातली कालच संपलीत.''

स्टेशनामधून बाहेर पडता पडता मनात आलं, 'सूनबाई जाणार म्हणून सौभाग्यवती पहाटेच उठली होती. फार दमणूक करून घेतली होती तिनं आज! ज्याला कुठलाही ब्रेक लागत नाही अशा इंजिनासारखी

काही माणसं असतात, त्यातलीच ही! तेव्हा आज रात्रीच्या जेवणाला सुटी. ही केळी आहेतच. थोडा पाव घेऊन जावं. दुधातली मस्त कॉफी करावी, मग दोघांनी अंगणात बसून खूप खूप दिवसात केल्या नाहीत अशा गुजगोष्टी कराव्यात.'

घरी येताच मी दवंडी पिटली, 'आज रात्री दोघांचाही उपास.' माझे शब्द ऐकून सौभाग्यवती हसतहसत म्हणाली, "या घरात जसा पंचा सापडायचा नाही तसं पंचांग मिळायचं नाही. एकदशी केव्हा येते आणि जाते याचा पत्ता नसतो कुणाला. आज कुठला शोधून काढलात हा नवा उपास! आज बुधवार आहे हं. बुधवारी कोणत्या देवासाठी उपास करतात! कुणी नवा देव आहे वाटतं हा." बोलता बोलता तिचं लक्ष माझ्या हातातल्या पावाकडं गेलं. तिने खट्याळपणानं विचारलं, 'हे उपासाला चालतं वाटतं?' मी उत्तरलो, 'न चालायला काय झालं, चहा, बटाटे साहेब लोक नाही का असेच आपल्या सोवळ्यात शिरले. उद्या लोक शाकाहारी अंडीसुद्धा उपासाला खातील.'

'इश्श' म्हणत मान वेळावीत ती इतक्या मोकळेपणाने हसली की, आमचं तरुणपण परत आल्याचा भास मला झाला. तिलाही तो झाला असावा. रात्री झोपेपर्यंत हा भास टिकवायचा असा निश्चय करून मी बोलत, वागत राहिलो. केळी, पाव आणि दूध यांचा चट्टामट्टा करून अंगणात आम्ही जुन्या गोष्टी आठवत बसलो. सभोवताली अंधार पसरला होता. पण मनात अनेक मधुर स्मृतींच्या चांदण्या लुकलुकत होत्या. आयुष्याचा वर्षानुवर्षे सोबतीनं केलेला प्रवास खरा वाटत नव्हता. सारं जणू एक प्रदीर्घ स्वप्नच होतं. आंबट पण गोड, पुन्हा न पडणारं. जन्मभर वर्गात संस्कृत काव्य-नाटकांची पोपटपंची केलेल्या माझ्या मनाला नकळत उत्तर रामचरित्राच्या पहिल्या अंकाची आठवण होऊ लागली. त्या अंकातल्या सीता-रामाच्या करुण मधुर सांसारिक स्मृती आणि शेवटी विजेच्या लोळासारखी रामाच्या कानावर येऊन पडणारी ती अशुभ वार्ता–

मी स्वत:शीच हसलो. लोकापवादाच्या पायी रामचंद्राने सीतेचा त्याग केला. हे लोक कोण तर एक परीट आणि परनिंदेत आनंद मानणारी त्याच्याचसारखी इतर माणसं!

'हे पाहिलं का?' पूर्व दिशेला बोट दाखवीत सौ. म्हणाली. चंद्रोदय

होत होता. डोळे भरून आमच्या मंद दृष्टीनी आम्ही ते सुंदर दृश्य मनात साठविलं. पण, लगेच हवेत वाढलेल्या गारठ्याची भीती वाटून आम्ही आत आलो. हा हा म्हणता गाढ झोपी गेलो.

दोघेही दचकून जागे झालो तो दारावरल्या पुन्हा पुन्हा वाजणाऱ्या घंटेच्या कर्कश आवाजानं. 'तार?' अशा अवेळी तारेच्या शिपायाशिवाय कोण येणार! गोंधळलेल्या मन:स्थितीत मी लगबगीनं बाहेर आलो. दिवा लावला. पाहतो तो तीनचार माणसं दारात उभी. अगदी अपरिचित. मी त्यांच्याकडं टकमक पाहत राहिलो. त्यातले रुमालवाले साठीच्या आसपासचे गृहस्थ दिसत होते. मोठ्याने हसत ते म्हणाले, 'ओळखलं नाहीत मला भाऊराव. अहो, मी तुमच्या धाकट्या सूनबाईंच्या वडिलांचा चुलत मावसभाऊ. म्हणजे तिचा काकाच! अहो तसा मी सार्वजनिक काकाच आहे. या देहाला लोक काका किल्लेदार म्हणून ओळखतात. बायको, सून आणि तान्हा नातू यांना घेऊन आलोय. नातवंड जगत नाहीत आमची. आमची कुलदेवता इकडे कुठे डबरा नावाच्या गावी आहे. इथून तिकडं जायला मोटार सर्व्हिस आहे म्हणे!' मी काहीच बोलत नाही असे पाहून ते म्हणाले, 'किशीला बोलवा बाहेर. आमची किशी म्हणजे तुमच्या सूनबाई. महिन्यापूर्वी तिचं पत्र आलं होतं आम्हाला. अवश्य देवीला जाण्यासाठी या म्हणून! तुम्हाला पत्र पाठवायला हवं होतं आम्ही. पण ऐतिहासिक कागदपत्रात आमचं मन रमतं. ही पोस्टकार्डे लिहिणं अगदी जिवावर येतं. गाडी आठ वाजता पोचेल असं वाटलं होतं पण–'

सौ. माझ्यामागे केव्हा येऊन उभी राहिली देव जाणे. तिनं हळूच मला मागून डिवचलं. ही मंडळी सूनबाईची नातलग आहेत. आधी दार उघडून त्यांना आत घेतलं पाहिजे, हे आता माझ्या लक्षात आलं. 'अतिथी देवो भव' हा मंत्र मनातल्या मनात जपीत मी दार उघडलं.

पाहुण्यांनी हाश हुश करीत व्हरांड्यातच बैठक मारली. किल्लेदारसाहेब बोलू लागले. आज प्रवासात खरे हाल झाले ते आमच्या राणी सरकारांचे. स्नान नाही, स्नान केल्याशिवाय काही खायचं नाही, असा यांचा नेम. आमच्या घरात आम्ही खाती वाटून घेतली आहेत. इतिहासाचा मक्ता आमच्याकडं, अठरा पुराणं नि त्यातले तेहतीस कोटी देव यांची सरबराई करायचं यांच्याकडं!

गृहस्थ गडकऱ्यांच्या धुंडिराजांच्या शिष्य संप्रदायातला असावा हे मी ओळखलं! पण दत्त म्हणून दारात उभ्या राहिलेल्या पाहुण्यांची व्यवस्था लावणं प्राप्त होतं. सौ. ला भात पिठलं करायला सांगावं म्हणून मी तिच्याकडं पाहिलं. इतक्यात किल्लेदारांनी तोफ डागली. 'अहो, किशीच्या सासूबाई, आधी चांगला गरमागरम चहा द्या आम्हाला, त्याशिवाय राणीसरकार सिंहासनावरून उठू शकणार नाहीत. चहा घेऊन मग त्या स्नान करतील. थोड्या दमेकरी आहेत त्या, तेव्हा आंघोळीला ऊन पाणी हवंच?'

सौ. डोळ्याच्या खुणेनं मला आत बोलावीत आहे हे बघून मी उठलो. स्वयंपाकघराच्या दारापर्यंत मला नेऊन ती पुटपुटली. चहाला दूध कुठं आहे घरात? माझ्या पोटात गोळा उभा राहिला. कामधेनू बाळगणाऱ्या वसिष्टांची गोष्ट निराळी होती. रात्री ११॥-१२ वाजता दूध कुठून पैदा करायचं, शिवाय पाहुण्यात एक तान्हं मूल आहे. त्याला दूध लागणारचं. सौ. मला म्हणाली, 'मी दोनतीन लहानसहान भांडी देते. शेजारी-पाजारी जाऊन– मागच्या दारानंच चला.'

पाऊल न वाजवता मध्यरात्री 'ॐ भवति भिक्षांदेही' करण्याची पाळी स्वत:वर येईल असं मला पूर्वी कधीच वाटलं नव्हतं. पण आज काका किल्लेदारांनी माझ्यावर हा दुर्धर प्रसंग आणला होता. त्यांचा असा राग आला मला. पण तो चेहऱ्यावर न दाखविता मी बाहेर येऊन हसण्याचं नाटक करीत म्हटलं, 'थोडा विसावा घ्या इथंच. तोपर्यंत चहा होईल. त्यापाठोपाठ भात-पिठलं.'

किल्लेदार निषेधार्थी हातवारे करीत उद्‌गारले, 'भात बिलकूल चालत नाही मला. मी डायबेटिसचा पेशंट आहे. आमच्या चिरंजिवांना भात फार आवडतो. ते येणार होते कुलदेवतेच्या दर्शनाला. पण त्यांचा बॉस आहे बडा गध्धा. कुलदेवतेच्या दर्शनासाठी याने रजा मागताच फिदीफिदी हसायला लागला तो. पक्का नास्तिक, गाढव रजाच मंजूर करीना. आमच्या वृद्ध मातोश्रीही येणार होत्या. पण त्यांच्या पायावरनं वारं गेलं आहे.' सहा पाहुण्यांऐवजी चारच आले याबद्दल परमेश्वराचे आभार मी मानणार होतो इतक्यात काकांची सरबत्ती सुरू झाली. 'डबरा कुठं आहे हे कुणा लेकाला नीट ठाऊक नाही! एवढं जाज्वल्य दैवत, शिवछत्रपतीसुद्धा या देवीच्या दर्शनाला गेले होते म्हणे. पण आजच्या

इतिहासाच्या लठ्ठ लठ्ठ पुस्तकात या गावाचं नाव नाही. या इंग्रजांनी आमची इतिहासाकडं पाहण्याची दृष्टीच बाटवून टाकली आहे. आज दिवसभर प्रवासात माझ्या डोळ्यापुढं चित्रं दिसत होती ती आग्र्याहून बैराग्याच्या वेषात परत येणाऱ्या शिवछत्रपतींची– घोड्यावर बसल्या-बसल्या हुरडा चोळून खात जाणाऱ्या महापराक्रमी बाजीरावाची. आगगाडीच्या शिट्ट्या सारख्या कानावर येत. त्या ऐकल्या म्हणजे भीमथडी तट्टं खिंकाळत आहेत असं वाटे.' एक दीर्घ सुस्कारा टाकून ते म्हणाले, 'गेला तो काळ. गेलं ते सुवर्णयुग–'

पाठीमागून सौभाग्यवतीनं 'ऐकलं का' म्हणून माझी कानउघाडणी केली. मी मुकाट्याने आत गेलो. सौ. न दिलेली भांडी घेऊन मागच्या दारानं बाहेर पडलो.

आजूबाजूच्या चार-सहा घरांपैकी प्रत्येकाच्या दारावरली घंटा वाजवताना माझ्या अगदी जीवावर आलं. पण करणार काय? चांगुणेचं सत्त्व पाहणाऱ्या शंकराप्रमाणं या किल्लेदारांनी आमच्या घरावर स्वारी केली होती ना! प्रत्येक घरी डोळे चोळीत कुणीतरी पुरुष अथवा स्त्री बाहेर येई. मला पाहून, विचारी 'बाईंची तब्येत अचानक बिघडली काय?' मग नेपोलियनप्रमाणं मागं धरलेल्या हातातली भांडी पुढं करीत मी पाहुण्यांनी घातलेल्या आकस्मिक छाप्याचे वर्णन करी.

पुढचे अठरा-वीस तास आम्ही दोघांनी कसे काढले ते आमचे आम्हालाच ठाऊक! 'अतिथी लीलामृत' या नावाचा चांगला जाडजूड ग्रंथ लिहिण्याची स्फूर्ती मला या दिवसानं दिली. काकांच्या राणीसरकारांना मध्यरात्री चहा हवा होता. त्यांच्या सूनबाईंना कॉफीखेरीज दुसरं काही चालत नव्हतं. या मंडळींच्या आंघोळी होऊन जेवणं उरकायला अडीच वाजले. सौ. ला आता तरी स्वस्थ झोप मिळावी म्हणून काकांना घेऊन मी माडीवर गेलो. पण अंथरुणाला पाठ लागताच किल्लेदारांनी जे घोरासुराचे आख्यान सुरू केले त्यामुळे माझी झोप पार उडून गेली. माणूस किती निरनिराळ्या मिश्र रागात घोरू शकतो याचा अभ्यास काकांच्या घोरण्यावरून एखाद्या गायन शास्त्र्याला करता आला असता! खाली सौभाग्यवतीही राणीसरकारांचा दमा आणि तान्ह्या मुलाचं रडणं यामुळं बेजार झाली होती.

सकाळी चहा घेताघेता काकांच्या तोंडाचा पट्टा सुरू झाला. हल्लीची

तरुण मंडळी कल्ले ठेवतात, पण कल्ल्यांचा संबंध किल्ल्याशी आहे हे भाषाशास्त्राच्या दृष्टीने सिद्ध करण्याचा त्यांचा प्रयत्न चालला होता. मी कंटाळून त्यांना डबऱ्याच्या गाडीची चौकशी करून येण्याची सूचना दोनतीनदा केली पण श्रोत्यांच्या आरडाओरडीला न जुमानता बोलत राहणाऱ्या वक्त्याप्रमाणे त्यांची टकळी सुरूच राहिली. शेवटी राणी सरकारांनी निर्वाणीचं फर्मान सोडलं, तेव्हा कुठं स्वारी उठली. तब्बल दोन तासांनी ते परत आले तेव्हा कळलं की ते स्टॅण्डवर पोहोचण्यापूर्वीच डबऱ्याची गाडी निघून गेली होती. आता संध्याकाळशिवाय गाडी नव्हती.

सूनबाईंच्या नात्यातली माणसं म्हणून सौभाग्यवतीनं पुरणपोळीचा मांड मांडला. कालही तिनं आपला जीव असाच शिणवला होता. म्हणून मी तिला 'काहीतरी साधा बेत कर', असं सांगणार होतो. पण किल्लेदार मंडळींच्या वर्दळीमुळं तिच्याशी एकांतात बोलण्याची संधीच मला मिळाली नाही. मी कपाळाला हात लावून काका किल्लेदारांच्या त्यांच्या दृष्टीने सुरस पण माझ्या दृष्टीने भाकड अशा कथा ऐकत बसलो.

जेवायला बसल्यावर पुरणपोळीचा बेत पाहून किल्लेदारसाहेब खूष झाले. ते सौ. ला म्हणाले, 'मी डायबेटिसचा पेशंट असलो तरी पुरणपोळीचा परमभक्त आहे. अहो, किती प्राचीन पक्वान्न हे आहे. भीमाला दहा हजार हत्तींचं बळ लाभलं ते पुरणपोळ्या खाऊनच!' व्यासमहर्षी याविषयी महाभारतात लिहायचं विसरून गेले असतील पण–

शेवटी संध्याकाळी ही मंडळी डबऱ्याला रवाना झाली. जाताजाता काका सौ. ला म्हणाले, 'परत येतानाही आमचा इथं एक दिवस मुक्काम आहे हं. सकाळी स्टॅण्डवर मला कळलं की इथून पाच-सात मैलांवर एक भुईकोट किल्ला आहे, आम्हाला तो पहायलाच हवा.'

आमच्या पत्रिकेतले प्रतिकूल ग्रह आणखी दोन-चार दिवस अनुकूल होण्याचा योग दिसत नाही, असं मनात मी म्हणत असतानाच सौ. च्या चेहऱ्याकडं पाहिलं, तो चांगलाच लालसर दिसत होता. या मंडळींची पाठ फिरताच तिनं अंथरुण धरलं. मी तिचा हात हातात घेऊन पाहिलं. ताप भरला होता तिला. मी तिला म्हटलं, 'मी डॉक्टरकडं जाऊन येतो. आणि हे पाहा, ही मंडळी परत येतील ना तेव्हा खानावळीतले डबे आणू आणि त्यांची व्यवस्था करू.' पण मला पुढं बोलू न देता ती पुढं म्हणाली, 'अहो, हे सूनबाईच्या नात्यातील पाहुणे. डब्यातले जेवण त्या

राणीसरकारांना चालणार नाही. त्यांचं सोवळंओवळं! आपण असं काही केलं तर लोक काय म्हणतील?'

हातात औषधाची बाटली घेऊन सौ. च्या वारंवार उलटणाऱ्या तापाचा विचार करीत मी मुकाट्याने घराबाहेर पडलो. पण मनात सौ. चे ते तीन शब्द घोळत होते– 'लोक काय म्हणतील?'

या एका प्रश्नापुढं प्रभु रामचंद्रापासून सौ. पर्यंत पिढ्यान् पिढ्या आम्हा भारतीयांची मनं नांगी टाकीत आली आहेत. पण ज्या लोकांना आपण इतके भिऊन वागतो ते तरी कोण असतात? आपल्यासारखीच कालप्रवाहात वाहत जाणारी, संसारातल्या नव्यानव्या दु:खांनी पोळून निघणारी माणसं! लहान मुलानं मांजराची सावली भिंतीवर पाहावी आणि तिला वाघ मानून किंचाळावं तशाच प्रकारची ही लोक निंदेची भीती नाही का? पूर्णपणे कालविसंगत झालेल्या, विज्ञानाला आणि विवेक बुद्धीला न पटणाऱ्या हजारो संकेताना आपण आजही हरघडी शरण जात आहो. सत्त्व गमावून बसलेल्या शिष्टाचारांची फोलकटे आम्ही चिवडीत बसलो आहोत. सोन्याचा मुलामा दिलेले पितळेचे दागिने, तो उडून गेल्यावरही मोलाचे दागिने म्हणून मिरवीत बसलो आहोत. ज्यांना आपण लोक लोक म्हणून अष्टौप्रहर भीत असतो त्यातलेच आपण एक असतो. पण हा एक स्वतंत्र बुद्धीने कधीच विचार करीत नाही! डोळे बांधलेल्या माणसाप्रमाणं आपण जीवनाचा मार्ग आक्रमित असतो.

नकळत माझ्या तोंडून एक दीर्घ सुस्कारा बाहेर पडला. मग मी स्वत:शीच पुटपुटलो, 'रानोमाळ! आंधळ्यांची चाले माळ!'

□

कशाला उद्याची बात?

दहा वाजायला आले होते. रस्त्यावरली रहदारी थांबली होती. व्हरांड्यात शतपावली करीत आणि तिला कालिदासाच्या आवडत्या श्लोकांची साथ देत मी निद्रादेवीची आराधना करीत होतो. इतक्यात कुणाची तरी चाहूल लागली. वळून पाहतो तर चिंतोपंत दारात उभे! घंटा न वाजवता, हाक न मारता! जणू काही ते पंत नव्हते. पुतळा होता त्यांचा.

मी गोंधळलो. लहानपणी श्रावणी करताना जसं नाक दाबून मी पंचगण्या घेत होतो तसं या मित्रांच्या आग्रहाखातर स्वामीजींचं मानपत्र मी लिहून दिलं होतं! मग अशा अवेळी पंत का आले असावेत? तसलंच काही भलतं खेकटं– कदाचित् स्वामीजींना थैली द्यायची राहिली असेल! तसली काही भानगड असली तर–

पंत हूं की चूं करीत नाहीत असं पाहून मी दार उघडलं. आत येऊन ते खुर्चीवर बसले. त्यांचा चेहरा फार त्रस्त दिसत होता. रुसून नाहीतर रागावून लहान मुलं फुरगटून बसतात ना तसं त्यांचं मौन पाहून मला वाटलं. शेवटी मलाच गप्प बसवेना. मी विचारलं, 'पंत, इतक्या रात्री का आलात? घरी कुणी फार आजारी आहे का? का आणखी काही–'

दोन-चारदा आवंढा गिळून चिंतोपंत म्हणाले, 'मी घर सोडलंय! संन्यास घेऊन हिमालयात जावं–' त्यांचा आवाज कापरा झाला. ते थांबले. त्यांचे ते शब्द ऐकून मला हसू फुटू लागलं. पण मी ते कष्टाने आवरले. साऱ्या जन्मभर संसारात बुडून गेला आणि उतारवयातदेखील

पोराबाळांची काळजी करीत बसणारा हा साधाभोळा माणूस भगव्या वस्त्रात कसा दिसेल या कल्पनेनं मला गुदगुल्या होऊ लागल्या. अर्जुनानं सुभद्रेसाठी तात्पुरता संन्यास घेतला होता. तसंच संसारतापानं कावलेल्या माणसांचं वैराग्य असतं. सुभद्रा पंगतीत वाढायला आल्यावर भगव्या वस्त्रातल्या अर्जुनाची जी लटपट उडाली तिचा अनुभवही हरघडी ही मंडळी घेतात.

काहीतरी बोलायचं म्हणून मी विचारलं, 'काय झालं तरी काय पंत?'

चिंतोपंत धुसफुसत उत्तरले, 'काय व्हायचं राहिलंय्! साऱ्या संसाराची राखरांगोळी करणार ही पोरं. मी साधा कारकून पण उभ्या जन्मात,' पंतांनी पुन्हा आवंढा गिळला. ते बोलायचे थांबले. दोन्ही हात जोडून ते मला म्हणाले, 'भाऊराव, कृपा करा. मला आत्ता काही विचारू नका. माझी झोपायची सोय करा. मी सकाळी उठणार आणि तडक हिमालयाची वाट धरणार.'

इतका मनक्षोभ होण्यासारखं पंतांचे घरी काय घडलं असावं याचा तर्क मला करता येईना. असल्या मनस्तापावर झोप हे रामबाण औषध आहे हे लक्षात येऊन मी पुढं काही बोललो नाही. 'थोडी कॉफी घेणार का?' म्हणून विचारलं. त्यांनी मानेनंच 'हो' म्हटलं. सौ. ला सांगून त्यांना कॉफी दिली. माडीवर त्यांची झोपायची व्यवस्था केली.

सकाळी पंतांचा पारा पुष्कळच उतरल्यासारखा दिसला. चहा-बिस्किटे पोटात गेल्यावर त्यांच्यापाशी रात्रीचा विषय काढावा असं ठरवून मी हवा-पाण्याच्या गोष्टी सुरू केल्या. आमचा चहा होतो न होतो तोच दारावरली घंटा वाजली. मी बाहेर येऊन पाहतो तो चिंतोपंतांचे चिरंजीव आणि सूनबाई दोघं दारात उभी! ती पंतांना शोधीत आली असावी हे उघड होतं. मी खुणेनंच स्वारी आत आहे हे सुचवलं. दार उघडून त्यांना बसायला सांगितलं. बसता बसता चिरंजीवांनी एक चिठ्ठी माझ्या हातात दिली– 'तुमच्यासारख्या उधळ्या मंडळींच्याबरोबर राहून पावलोपावली स्वतःचा अपमान करून घेणं मला जमणार नाही. रविवार म्हणून तुम्ही नवरा-बायको दुपारी तीनच्या सिनेमाला गेला. तुम्ही परत यायच्या आत तीन माणसांनी येऊन माझी अब्रू घेतली. दोन महिन्यांचं भाडं थकलं आहे म्हणून घरमालकानं माझी चंपी केली! मग आला

कापड दुकानदाराचा मनुष्य– साड्यांचं बील थकलंय म्हणून! त्यानंतर उपटला औषधाच्या दुकानातला नोकर. आयुष्यात कुणाकडून फट्ट म्हणून घेतलं नाही मी. आता म्हातारपणी माझ्या नशिबी हे– मी मुकाट्याने आपलं तोंड काळं करतो. माझा शोध करून नये. आबा.'

अक्षर चिंतोपंतांचं होतं. त्यांच्या रात्रीच्या घुश्श्यावर या चिठ्ठीने प्रकाश पडला. घरगुती भांडणात न्यायाधीशाची भूमिका पत्करणं नेहमीच माझ्या जीवावर येतं. कुणाच्याही बाजूनं बोललं तरी दुसऱ्या बाजूला आपण पक्षपात करतोय् असं वाटतं. तथापि काही करून पंतांची परत पाठवणी करणं भाग होतं. मी तिघांना माडीवर घेऊन गेलो. सारे बसल्यावर चिठ्ठी पंतांच्यापुढं करून म्हणालो, 'असं डोक्यात राख घालणं शोभतं का तुम्हाला पंत?'

धुमसत असलेल्या राखेच्या ढिगातून ज्वाळा बाहेर पडावी तसा पंतांचा सारा संताप उसळून वर आला. ते कर्कश स्वरात म्हणाले, 'डोक्यात राख घालू नको तर काय करू? पोरं अशी संसाराला आग लावायला लागली तर– ते साड्यांचे बिल– ते साड्यांचं होतं का गाड्यांचं होतं हे मला कळेना. इतक्या भारी किंमतीच्या साड्या आपल्यासारख्या गरिबांना हव्यात कशाला? नवरा कारकून, बायको मास्तरीण. ज्यानं त्यानं आपल्या पायरीनं–' इतका वेळ खाली मान घालून बसलेली त्यांची सून फणकाऱ्याने म्हणाली, 'मास्तरणीला शाळेत जावं लागतं रोज. साधी पातळं नेसून गेलं तर बरोबरच्या बायका नि वरच्या वर्गातल्या पोरी 'काकुबाई', 'आत्याबाई', 'आजीबाई' अशी टिंगल करतात. पाण्यात राहून माशाशी तर वैर करता येत नाही ना! जुन्या काळी बायका जुनेरं नेसून राहत असतील, पण आता काळ बदलला. बाहेर गेल्यावर चारचौघांसारखं–'

पंत गुरगुरले, 'अंथरुण पाहून पाय पसरावेत माणसानं.' त्याचं वाक्य संपतं न संपतं तोच चिरंजीवांनी टोमणा मारला, 'अंथरुण नाही म्हणून काही झोप यायची राहत नाही माणसाला. भुकेला कोंडा नि निजेला धोंडा म्हणतात तो काय उगीच!'

पंतांच्या प्रतिभेलाही बहर आला. ते तत्काळ उत्तरले, 'धोंडा उशाखाली असतो तोवर ठीक आहे, पण कुणी तोच उचलून डोक्यात घालून घ्यायला लागला तर.'

अशी उत्तरं– प्रत्युत्तरं झडत राहिली तर आगीत तेल पडेल हे ओळखून मी चिरंजीवांना गप्पा बसण्याची खूण केली. मात्र पंतांना आवरणं हे महाकठीण कर्म होतं. त्यांनी घरखर्चाच्या एकेक आकड्याचा पंचनामाच सुरू केला. 'जुन्या काळी बायका आजीबाईच्या बटव्यातली औषधं वापरीत. डोकं दुखू लागलं तर सुंठीचा लेप, ताप आला तर गवती चहाचा काढा असं नेहमी चाले. पण आता उठल्यासुठल्या महागडी औषधं घ्यायची चटक लागलेल्या या नव्या मंडळींना.' सूनबाईंनी नेमकं मर्मावर बोट ठेवलं– 'जुन्याकाळी काढे शिजवीत बसायला बायकांना भरपूर वेळ होता. चूल-मूल सांभाळून नोकरी करावी लागत नव्हती त्यांना–'

पंतांनी उधळपट्टीच्या दुसऱ्या उदाहरणांची उजळणी सुरू केली. चिरंजीवांनी आपल्या कचेरीतल्या दहापंधरा लोकांना केव्हातरी पार्टी दिली होती. दोनशेच्या आसपास होतं ते बिल! पंतांची सरबत्ती सुरू झाली. 'दहा-वीस रुपयांची बढती मिळाली तर मित्रांना घरी बोलावून चहापोहे द्यायचे. पण असला लहान तोंडी मोठा घास घ्यायचा नि कर्जबाजारी व्हायचं हा धंदा सांगितलाय् कुणी!' चिरंजीव उत्तरले, 'घरच्या टीचभर जागेत या मंडळींना दाटीवाटीनंसुद्धा बसता आलं नसतं. दुसरे तुम्हाला अशा पार्ट्यांना हॉटेलात बोलावतात मग आम्ही त्यांना केव्हातरी पार्टी द्यायला नको का?' पंतांनी रामबाण काढला– स्कुटरचा! 'बढती मिळताच स्कूटर हवी झाली याला. कर्ज काढून त्याचं व्याज भरत बसण्याचा हा उपद्व्याप करायचा कशाला? हे कर्ज यांच्या हातून बापजन्मात तरी फिटेल का? पंचवीस रुपये पगारावर मी नोकरीला लागलो, पण पुढच्या महिन्याच्या पाच तारखेच्या आत कुणाची पै देणं ठेवलं नाही. माझ्या दारात देणेकरी दिसला नाही कधी कुणाला! आता मात्र सारंच उलट झालंय. कर्ज काढून चैन करायची चटक लागलीय या मंडळींना!'

दोन्ही बाजूंना थोडेफार व्यावहारिक सत्य होते, पण परस्परांना समजावून घेण्याच्या मन:स्थितीत त्या नव्हत्या. बोलणं असं वाढत राहिलं तर उखाळ्या-पाखाळ्या वाढण्याचा संभवच अधिक होता. म्हणून मी त्या जोडप्याला म्हटलं, 'तुम्ही चला घरी. पंतांना पाठवून देतो मी थोड्या वेळानं.'

ती दोघे निघून जाताच चिंतोपंत माझ्याकडं अशा विचित्र दृष्टीनं पाहू लागले की मी शत्रुपक्षाला सामील झालो असेच त्यांना सुचवायचे होते! ते उद्गारले, 'हलवायच्या घरावर तुळशीपत्र ठेवलंत तुम्ही.' मी थट्टेच्या स्वरात म्हणालो, 'सारा जमानाच बदललाय् पंत. हलवायांची जागा हॉटेलं घेताहेत नि तुळशीपत्रांची जागा प्रेमपत्रं. तुमच्या आमच्या मनांना जुन्या काळाचा पक्का रंग चढलाय. या मंडळींचं मन आजच्या काळानं रंगून गेली आहेत. एखादवेळी वाटतं, आमच्या पिढीपर्यंत तिमाजी नाईक मध्यमवर्गाचे गुरू होते. आता त्यांची जागा उमाजी नाईकांनी घेतली आहे. काल परवाच्या चैनीच्या गोष्टी आजच्या माणसाच्या गरजा बनू पाहत आहेत. तुमच्या मुलाला नि सुनेला तुमचं मन हे स्वस्थपणे समजावून सांगणार आहे, पण तुम्ही अशी डोक्यात राख घालून शेजारपाजाऱ्यांना तमाशा दाखविणं बरं नव्हे. हे लोकनाट्य असंच चालायचं. बघ्यांचं काय मारामारीत कुणी कुणाला ठोकलं तरी ते टाळ्या पिटतात. पिढ्यान् पिढ्या धर्माच्या नावाखाली आपण अमानुष रूढींचे जू मानेवर वागवलं. आपण होतो परलोकवादी. ही पिढी आहे इहलोकवादी. तिच्यावर अंमल आहे तो प्रचलित आर्थिक आणि सामाजिक संकेतांचा! शेकडो वर्षे एका दिशेने वाहत आलेल्या नदीनं पात्र बदलावं आणि तिचा प्रवाह निराळ्या दिशेनं वाहू लागावा तसं आपलं नि त्याचं सारं तत्त्वज्ञानच गेल्या पन्नास वर्षांत झपाट्यानं बदलायला लागलंय. या बदलाचा अर्थ समजण्याची कुवत जशी म्हाताऱ्याकोताऱ्यांच्या अंगी नाही तशी ती तरुणांच्याही ठिकाणी नाही. ती येईपर्यंत हे असंच चालणार. 'कशाला उद्याची बात' हे गाणं आपल्या तरुणपणी लोकप्रिय होतं ना. आता तरुण पिढीचं ते तत्त्वज्ञान बनतयं, पण साठी सत्तरी उलटलेल्यांनीसुद्धा हे गाणं मनात घोळवायला हवं– निराळ्या अर्थानं! ही तरुण मंडळी उद्याची काळजी करीत नाहीत. तुम्ही आम्हीही उद्याची काळजी करण्याचं कारण नाही. कारण तो उद्याचा दिवस आपण पाहणार आहोत की नाही याचीच आपल्याला शंका असते!'

□

महानिद्रा

भेटायला आलेले गृहस्थ अपरिचित होते. त्यांचा पेशा होता इंजिनियरचा. बदली होऊन इकडं आले होते ते. त्यांचं माझ्याकडं काय काम असावं हे लक्षात येईना. माझी चुळबूळ लक्षात येताच ते म्हणाले, "आपल्या दर्शनासाठी आलोय."

दर्शनपासून मार्गदर्शनपर्यंत अनेक शब्द सध्या चलती नाणी म्हणून वापरले जाऊ लागले आहेत. या नाण्यांचा आवाज कानावर पडला की मला हसू येतं. 'दर्शन' म्हटलं म्हणजे एक आंधळा दुसऱ्या आंधळ्याला रस्ता दाखवायला सांगत आहे, असं चित्र डोळ्यापुढं उभं राहतं. वाटतं, शब्दांचे फुगे फुगवण्यात आपला समाज अधिकाधिक चातुर्य दाखवू लागला आहे!

ते गृहस्थ म्हणाले, 'शाळा-कॉलेजात असताना आपल्या कथा-कादंबऱ्या मोठ्या आवडीनं वाचल्यात मी.'

त्यांचे हे शरसंधान अचूक ठरलं. माझ्यातल्या लेखकाला क्षणभर गुदगुल्या झाल्या. हे गृहस्थ तोंडदेखलं बोलत असतील अशी शंका आल्याशिवाय राहिली नाही. पण स्तुतिस्तोत्रांनी जिथं देवसुद्धा भाळतात, तिथं माणसाची काय कथा!

मी मोकळेपणानं बोलू लागलो. बोलता बोलता माझं वृद्धत्व, अंधत्व आणि त्यामुळं मंदावलेलं लेखन यांच्या गोष्टी निघाल्या. त्या गृहस्थांनी मध्येच अचानक प्रश्न केला, "मग तुमची वळकटी बांधून तयार आहे म्हणायची?"

त्यांचा हा प्रश्न म्हणजे एक बॉंबच होता. तो ऐकताच माझ्या

चेहऱ्यावर कोणते भाव उमटले हे त्या पाहुण्यांना माहीत. पण मनातल्यामनात मी मात्र चमकलो. त्यांनी आडपडद्याानं विचारलेल्या प्रश्नाचा अर्थ उघड होता.

"मृत्यू दत्त म्हणून तुमच्या समोर उभा राहिला तर क्षणभरही न घुटमळता तुम्ही त्याच्याबरोबर जाल काय?"

पहिल्यावहिल्या भेटीत असला प्रश्न विचारणं... आणि तोही म्हाताऱ्या माणसाला... हा शिष्ट समाजाच्या दृष्टीनं मोठा औचित्यभंग ठरेल. अनेक माणसं असा प्रश्न विचारणाऱ्याला 'शुभ बोल रे नाऱ्या'च्या पंक्तीला नेऊन बसवतील. ते काही असो, त्यांच्या प्रश्नाचं उत्तर चटकन माझ्या तोंडून बाहेर पडलं नाही हे खरं. स्थितप्रज्ञतेचा आव आणून 'होय' असं उत्तर देणं कठीण नव्हतं. पण या वयात असला मुखवटा चढवून बोलण्यात काय अर्थ होता?

जन्ममरणाच्या रहाटगाडग्याविषयी मी लहानपणापासून खूप खूप ऐकलं आहे... 'एक दिन जाना रे भाई' पासून 'मरे एक त्याचा दुजा शोक वाहे। अकस्मात तोहि पुढे जात आहे' अशा शेकडो संतवचनापर्यंत. सदैव मानेवर लटकणारी मृत्यूची तलवार सोबतीला घेऊनच मनुष्य आयुष्याची वाटचाल करीत असतो. मृत्यू हे जगातलं अत्यंत अप्रिय पण तितकंच अटळ असं सत्य आहे. माणूस त्याच्या नुसत्या कल्पनेनंसुद्धा भयभीत होतो. शिकारी कुत्र्याप्रमाणं पाठलाग करणाऱ्या मृत्यूचा विसर पडावा म्हणून तो जीवनातल्या क्षुद्र सुखदु:खात अष्टौप्रहर स्वत:ला बुडवून घेतो.

नुकतीच वृत्तपत्रात वाचलेली बातमी आठवली. अमरत्वाकरता धडपडणाऱ्या तीन मित्रांची कथा आहे ही. देवाला प्रसन्न करून अमरपट्टा मिळवावा या कल्पनेने वेडे झालेले तीन धर्मभोळे जीव! शेवटी देवबाप्पाला खूष करण्याकरता त्यांनी एक अपूर्व शक्कल शोधून काढली... त्या तिघांपैकी एकाचा शिरच्छेद करायचा आणि त्याचं मस्तक देवाला अर्पण करायचं. मग देव निश्चित प्रसन्न होईल आणि शिरच्छेद झालेल्या माणसाला जिवंत करून तिघांनाही अमर करील.

आपल्या देशात पिढ्यान्‌पिढ्या चालत आलेल्या धर्मभोळेपणावर आणि त्यापायी होणाऱ्या अमानुष वर्तनावर ही बातमी स्वच्छ प्रकाश टाकते हे तर खरंच, पण त्या बरोबरच माणसाच्या मनात मृत्यूचं भय

कसं थैमान घालीत असतं हे या प्रसंगावरून स्पष्ट होतं.

त्या तीन मित्रांइतका मी धर्मभोळा नाही. अमरत्व हे माणसाचं स्वप्नरंजन आहे. याविषयी मी नि:शंक आहे. मात्र आज ना उद्या आपल्याला या जगाचा निरोप घ्यावा लागणार हे प्रत्येकाला कळत असलं, तरी मृत्यूला हुलकावण्या कशा द्यायच्या, या विचारात तो सदैव मग्न होतो. दोन कारणामुळे हे घडतं... स्वत:च्या डोळ्यांनी आपलं मरण पाहण्याइतकी निर्भयता माणसाच्या अंगी असत नाही. जीवनाला आधारभूत असलेल्या प्रेरणात आहार, निद्रा आणि मैथुन यांच्या जोडीने भर्तृहरीने भयाचा उल्लेख केला आहे. तो काही उगीच नव्हे. या प्रेरणा पशुपक्ष्यांपासून मानवापर्यंत सर्वांमध्ये सारख्याच आढळतात. या प्रेरणांच्याबाबतीत मनुष्य केवळ एक प्राणी असतो. त्या पातळीवरच तो जगतो. त्या सत्याला शास्त्रीय रंग द्यायचा असेल तर त्याला आपण बायॉलॉजिकल लेव्हल म्हणू. दुसरी गोष्ट ही की त्याला फक्त हे दृश्य जग ठाऊक असतं. त्याच्याशी तो समरस झालेला आढळतो. पण या समरसतेत तो स्वत:ला या जगाचा केंद्रबिंदू मानीत वावरतो. ‘आपण मेलो, जग बुडालं’ या लौकिक उक्तीत हाच अर्थ अभिप्रेत आहे.

पण मनुष्य काही या एकाच पातळीवर जगणारा प्राणी नाही. प्रकृतीधर्माच्या शृंखला जशा तो तोडू शकत नाही, तशी संस्कृतीनं त्याला दिलेली स्वत:पलीकडे पाहण्याची शक्तीही तो विसरू शकत नाही. धर्म, कला, साहित्य, विज्ञान-तत्त्वज्ञान ही सारी मानवाची प्रकृतीच्या पातळीवरून संस्कृतीच्या पातळीवर जाण्याकरता प्राचीन काळापासून चालत आलेली धडपड आहे. या दुसऱ्या पातळीवर तो मृत्यूचं स्वागत करू शकतो. हसतमुखानं सर्वांचा निरोप घेत आपल्या समाधीस्थानाच्या पायऱ्या उतरणारे ज्ञानदेव काय किंवा आपलं जीवितकार्य झाले आहे, या जाणिवेने आत्मविसर्जनाला सामोरे जाणारे सावरकर काय, अशा व्यक्तींची जातच निराळी. त्यांच्या पंखांचे बळ मोठे. सूर्याच्या तेजाला दृष्टी भिडवून उंच उंच उडत जाणारे हे पक्षी! पण सामान्य मनुष्यसुद्धा संस्कृतीचे पंख लावून भुईवरून सरपटणाऱ्या प्राण्यांपेक्षा निराळा बनतो.

हे सारं जर खरं तर मी त्या वळकटीच्या प्रश्नाला तात्काळ ‘होय’ असं उत्तर का दिलं नाही? याचं कारण एकच... महामानव महानिद्रेचं

स्वागत करू शकतो, पण अशी व्यक्ती लाखालाखात एखादीच असते. इतर माणसं ऐनकसोटीच्या वेळी गडबडून जातात. अंत:पुरात वीरश्रीच्या गोष्टी करणाऱ्या, पण रणांगणावर जाताच लटलट कापू लागणाऱ्या उत्तरासारखी त्यांची स्थिती होते. अशी व्यक्ती चटकन मूलभूत जीवन प्रेरणांच्या पातळीवर उतरतात. एका भयंकर दुष्काळात विश्वामित्रासारख्या तपोधनानं अपरात्री चांडाळाच्या झोपडीत शिरून मेलेल्या कुत्र्याची तंगडी चघळायला सुरुवात केली. ही कथा कितीही जुनी पुराणी असली तरी ती सर्वसामान्य मानवाच्या अंतरंगावर प्रकाश टाकणारी आहे. साम्यवादी देशात विरोधकांकडून जे कबुलीजबाब घेतले जातात किंवा सर्वत्र पोलिस खाते एखाद्या संशयिताकडून त्यानं न केलेला गुन्हा वदवून घेण्याकरता जे उपाय योजतात त्यात त्या माणसाला पळभरही झोपू द्यायचं नाही, हा अगदी ठेवणीतला बाण असतो.

शिवाय मानवाची बुद्धी, डोळसपणानं उग्र सत्याकडं पाहू शकत असली तरी त्याची भावना आंधळी असते. स्वत:कडे तो बहुधा भावविवश दृष्टीने पाहतो. या भावनेच्या पुरात त्याच्या बुद्धीला जाणवलेलं सत्य कुठल्या कुठं वाहून जातं.

आज ना उद्या मृत्यू आपल्याला गाठणार याची जाणीव अंतर्मनात जागी असली तरी या गृहस्थांनी मला विचारलेल्या प्रश्नासारखा प्रश्न आला म्हणजे आरंभी फक्त जीवप्रेरणाच प्रबल होते. या प्रेरणेला एक साधी गोष्ट कळत नाही, ती म्हणजे माणसाला जर अमरपट्टा मिळाला तर मानवजातीची स्थिती क्षुद्र कृमीकीटकांहूनही शोचनीय होईल. एका घरात बेचाळीस पिढ्यांचे लोक राहायची पाळी आली तर काय हलकल्लोळ उडेल याचं खुमासदार चित्रण एखाद्या विनोदी लेखकानं केलं तर आपली हसता हसता पुरेवाट होईल. सर्वांची नावे आठवताना प्रत्येकाची त्रेधा तिरपीट उडेल... विशेषत: अधिक म्हाताऱ्या मंडळींची! जेवणाच्या वेळी शाळेत हजेरी घेतात तशी नावे पुकारून सर्व कबिला आला आहे की नाही हे पाहावं लागेल. साधं वय सांगायची पाळी आली तरी तीनशे बेचाळीस, सातशे ब्याऐंशी असले आकडे घरातल्या म्हातारबुवांच्या तोंडातून निघू लागतील. प्रत्येक वृद्ध माणसाचं पथ्यपाणी निराळं होऊन बसेल. त्यांना सांभाळायला चालू पिढीची मंडळी फार अपुरी पडतील. ती कंटाळून अमरपट्टा देणाऱ्या शक्तीला शिव्या देत सुटतील. आज ना

उद्या प्रत्येक पिढीतली माणसं या जगातून निघून जातात म्हणून पुढल्या पिढीला जगायला अवसर तरी मिळतो.

तो वळकटीचा प्रश्न ऐकून मी घुटमळलो हेच चुकलं. त्यांना मी एवढंच उत्तर द्यायला हवं होतं, 'अहो, वळकटीची बांधाबांध करायची दगदग कशासाठी घ्यायची? या प्रवासात बरोबर काही घ्यावं लागत नाही.' पूर्वीच्या श्रद्धेचं राज्य असलेल्या काळात या प्रवासाला जाणाऱ्या माणसाबरोबर सोबतीसाठी त्याची सत्कृत्ये असतात अशी समजूत होती. आता तीही कटकट नाहीशी झाली आहे.

◻